ஒன்றே சொல்!
நன்றே சொல்!

தொகுதி-5

சுப. வீரபாண்டியன்

உங்கள் ரசனை மேம்பட
வானவில் புத்தகாலயம்

10/2 (8/2) போலீஸ் குவார்ட்டர்ஸ் சாலை
(தியாகராயநகர் பேருந்து நிலையத்திற்கும் காவல் நிலையத்திற்கும் இடைப்பட்ட சாலை)
தியாகராயநகர், சென்னை – 600 017
Phone: 2986 0070, 2434 2771 Cell: 72000 50073
Vanavil Puthakalayam 6 th sense_karthi
e-mail : vanavilputhakalayam@gmail.com
Website: www.sixthsensepublications.com

Title:
ONDRE SOL NANDRE SOL PART - 5

Author:
Suba Veerapandian

Address:
Vanavil Puthakalayam
10/2(8/2) Police Quarters Road(1st Floor),
(Between Thiyagaraya Nagar Bus Stop & Police Station)
Thiyagaraya Nagar, Chennai - 17
Phone: 2986 0070, 2434 2771
Cell: **72**000 **50**073
Vanavil Puthakalayam
6 th sense_karthi
e-mail : vanavilputhakalayam@gmail.com
Website: www.sixthsensepublications.com

Edition:
First Edition   : December, 2010
Second Edition : August, 2014
Third Edition   : March, 2022

Pages : 144
Price : Rs. 177

© Suba Veerapandian

Publisher
Karthikeyan Pugalendi

Managing Editor
P. Karthikeyan

Layout
Shrusti Graphics

தலைப்பு : ஒன்றே சொல்! நன்றே சொல்! (பகுதி – 5)
நூலாசிரியர் : சுப வீரபாண்டியன்
பக்கங்கள் : 144
விலை : ரூ.177
உரிமை : சுப. வீரபாண்டியன்

முதற்பதிப்பு : டிசம்பர், 2010
இரண்டாம் பதிப்பு : ஆகஸ்டு, 2014
மூன்றாம் பதிப்பு : மார்ச், 2022

வானவில் புத்தகாலயம்
10/2 (8/2) போலீஸ் குவார்ட்டர்ஸ் சாலை(முதல் தளம்)
(தியாகராயநகர் பேருந்து நிலையத்திற்கும் காவல்
நிலையத்திற்கும் இடைப்பட்ட சாலை)
தியாகராயநகர், சென்னை – 600 017
தொலைபேசி : 2986 0070, 2434 2771
கைபேசி : **72**000 **50**0**73**
மின்னஞ்சல்: subavee11@gmail.com

இந்தப் புத்தகத்திலுள்ள எந்த ஒரு பகுதியையும்
பதிப்பாளர் மற்றும் எழுத்தாளர் அனுமதியை
எழுத்து மூலம் பெறாமல் பதிப்பிக்கவோ,
நாடகமாக்கவோ, திரைப்படமாக்கவோ கூடாது

No part of this book may be
reproduced or transmitted in any
form without permission in writing
from the author or publisher

நீங்கள் Smart Phone உபயோகிப்பவராக
இருந்தால் QR Code Reader Application மூலம்
இதை Scan செய்தால் நேரடியாக எமது
இணையதளத்திற்கு சென்று மேலும் எங்கள்
வெளியீடுகள் பற்றிய விவரங்களைப் பெறலாம்.

A1 ISBN :978-81-92465-85-3

மு. கருணாநிதி
முதலமைச்சர்

தலைமைச் செயலகம்
சென்னை - 600 009

நாள் 26-03-2009.

வாழ்த்துரை.

"கலைஞர் தொலைக்காட்சி"யில் காலை வேளையில் எந்தவொரு நிகழ்ச்சியை நான் பார்த்தாலும் – பார்க்கா விட்டாலும் – தம்பி சுப. வீரபாண்டியன் அவர்களின் "ஒன்றே சொல்! நன்றே சொல்!" என்ற நிகழ்ச்சியைப் பார்க்கத் தவறுவதில்லை.

அவர் நம்மை அழைத்து "ஒன்றே சொல்! நன்றே சொல்!" எனச் சொல்வது ஒரு சொல் அல்ல! அது ஒரு வைரக் கல்! ஆம், பட்டை தீட்டப்பட்ட வைரக் கல்!

பகுத்தறிவு பற்றி மேற்கோள்கள் பலவற்றுடன் அவர் அளிக்கும் மருந்து – தமிழ்ச் சமுதாயத்தின் மூட நம்பிக்கை நோய் தீர்க்கும் மருந்து.

வரலாறுகளைப் புரட்டி – அவர் நம் கண் முன்னால் விரித்து வைக்கும் செய்திகள், நிகழ்வுகள் அனைத்தும் தெவிட்டாத விருந்து.

அழகான தமிழ் –
ஆணித்தரமான குரல் –
அடுக்கடுக்கான உவமைகள் –
அத்தனையும் அறிவுக்கடலின் ஆழத்திலிருந்து
எடுத்த முத்துக்கள்.

அந்த முத்தாரம் அணிந்து – தொலைக்காட்சியில் தம்பி, “சுப.வீ” எப்போது தோன்றுவாரென்று நான் நாள்தோறும் காலை நேரத்தில் எதிர்பார்க்கிறேனே, அது தான் அவரது கருத்துகளைத் தாங்கி வெளி வரும் “ஒன்றே சொல்! நன்றே சொல்!” என்ற இந்தத் தொகுப்புக்கு நான் எழுதிய சிறப்புரை என்று எடுத்துக் கொள்ளலாம்.

என்றும்

அன்புள்ள,

(மு. கருணாநிதி)

1,2,3 தொகுதிகளுக்கான

நன்றியுரையே
முன்னுரையாக...

காடுகள், மலைகள், கவின்மிகு கடல்களில் மட்டுமின்றி, வெளிகளில்கூட விரிந்து கிடக்கிறது உலகம். அள்ள அள்ளக் குறையாமல் ஆயிரம் கோடிப் புதையல், காலம் தோறும் காத்துக் கிடக்கிறது நம் முன்னால்!

எடுக்கப் புறப்பட்டவர்கள் ஏராளமாய் ஏந்தி வருகின்றனர். சோம்பிக் கிடப்பவர்கள், சுற்றுச் சுவர்களுக்குள் முடங்கிப் போகின்றனர்.

அள்ளிவர முடியாவிட்டாலும், அங்கு கொஞ்சம், இங்கு கொஞ்சமாய்க் கிள்ளி வரும் வாய்ப்பினை எனக்கு வழங்கியது இரண்டாண்டுகளுக்கு முன், கலைஞர் தொலைக்காட்சி.

2007 ஆகஸ்ட் மாதத் தொடக்கத்தில், ஒரு விபத்திற்குள்ளாகி, காலில் எலும்பு முறிந்து, கட்டிலில் படுத்திருந்த நேரம், தொலைபேசியில் அழைத்தார் நண்பர் ரமேஷ் பிரபா. செப்டம்பர் 15 முதல் தொடங்கப்படவிருக்கும் கலைஞர் தொலைக்காட்சியில் ஒவ்வொரு நாளும் ஒரு செய்தி குறித்து நீங்கள் பேச வேண்டும் என்றார்.

உவகையில் உள்ளம் அசைந்தது. ஆனால், கடுகளவும் கால் அசைக்க முடியவில்லை. அதனால் தயங்கித் தயங்கி மறுத்தேன். தடுமாற்றம் வேண்டாம், இன்னும் இரண்டு வாரம் காத்திருக்கிறேன், குணப்படுத்திக் கொண்டு கூடிய விரைவில் வாருங்கள் என்றார்.

அந்தக் காத்திருத்தலுக்கு என் முதல் நன்றி.

தொலைக்காட்சியைப் பார்க்கத் தொடங்கிய பின், வானொலியைக் கேட்பது குறைந்துதான் போயிற்று. ஆனாலும், காலை 7.35 மணி முதல் 7.40 வரை, 'இன்று ஒரு தகவல்' பகுதியை மட்டும் கேட்கத் தவறுவதில்லை நான். ஆயிரம் சிங்கக் குரல்கள் இருந்தாலும், தென்கச்சியாரின் அந்த கிராமியக் குரல் ஒரு தனி சுகம். ஐந்து நிமிடங்களுக்குள்ளாகக்கூட, ஒரு செய்தியைச் சொல்லிவிட முடியும் என்கிற நம்பிக்கையை அந்த நிகழ்ச்சி தந்தது. அதுவும், அந்தக் குறுகிய நேரத்திற்குள் ஒரு எடுப்பு, ஒரு தொடுப்பு, ஒரு முடிப்பு என ஒரு வடிவத்தையே அவர் உருவாக்கி வைத்திருந்தார்.

தமிழ்நாட்டில் எத்தனையோ பேரைப் பாதித்ததைப்போல என்னையும் தென்கச்சியார் பாதித்தார். அந்தப் பாதிப்பு எனக்குள் படிந்து கிடந்திருக்கிறது. அந்தத் தாக்கம்தான் இப்போது ஒன்றே சொல்லவும், அதனை நன்றே சொல்லவும் எனக்கு உதவியுள்ளது.

எப்போதும் நான் மதிக்கும் அந்தத் தென்கச்சியாருக்கு என் நன்றி.

நிகழ்ச்சி தொடங்கிய சில வாரங்களிலேயே, நண்பர்களிடமிருந்து பாராட்டும், ஊக்கமும் கிடைத்தன. புகழ்பெற்ற பெருமக்கள் சிலரும் தொலைபேசியில் அவ்வப்போது அழைத்துப் பாராட்டினர். திராவிடர் கழகத் தலைவர் ஐயா கி.வீரமணி, திரு. ஏவி.எம். சரவணன், ஐயா ஆர்.எம்.வீ., திரு.வலம்புரி சோமநாதன் போன்றவர்கள் அளித்த பாராட்டுரைகள், என்னை நான் மேலும் நெறிப்படுத்திக் கொள்ள உதவிற்று.

ஒருநாள், நிகழ்ச்சி முடிந்த சில நிமிடங்களில், ஒரு தொலைபேசி வந்தது.

''முதலமைச்சர் வீட்ல இருந்து பேசுறோம், ஐயா பேசுறாங்க'' என்று சொன்னவுடன், பதற்றம் என்னைப் பற்றிக் கொண்டது.

அந்தக் கரகரப்பான குரலில், கலைநயம் மிகுந்த தமிழில், கலைஞர் என்னைப் பாராட்டினார்.

என் கல்லூரி நாள்களில், காரைக்குடி, காந்தி திடலில் ஆயிரமாயிரம் மக்களில் ஒருவனாய்த் தொலைவில் நின்று, கேட்கக் காத்திருந்த குரல் அன்றோ அது! இன்று என்னோடு நேரிடையாகப் பேசுகின்றபோது, எத்தனை இன்பம் என்நெஞ்சுக்குள்!

இப்படி இன்னும் ஓரிரு முறைகள், அவருடைய பாராட்டைப் பெற்றேன். சென்னை, இராமச்சந்திரா மருத்துவமனையில், பிப்ரவரி 25 காலை, அவரைப் பார்க்கச் சென்றிருந்தபோதும், ''இன்று காலை, மெக்சிகோ போராளிப் பெண்களைப் பற்றி நீ பேசிய செய்தி நன்றாக இருந்தது'' என்றார்.

இந்த நிகழ்ச்சிகளுக்குப் பிறகுதான், அந்தச் சிற்றுரைகள் நூல் வடிவம் பெறத் தொடங்கிய வேளையில், கலைஞரிடமே ஒரு வாழ்த்துரை கேட்கலாமே என்று தோன்றியது. கேட்டேன். நூலைக் கொண்டு வந்து கொடு என்றார்.

25-03-09 மாலை நான்கு மணிக்கு, கோபாலபுரம் வீட்டில் கொண்டு போய்க்கொடுத்தேன். 26ஆம் தேதி காலையில் தொலைபேசி

வந்தது. ''வாழ்த்துரை தயாராக உள்ளது. வாங்கிக் கொண்டு போகலாம்'' என்றார், உதவியாளர் மருதநாயகம்.

எல்லோருக்கும் நன்றி சொல்லலாம். எப்படி நான் நன்றி சொல்வேன் தலைவர் கலைஞருக்கு!

இடையிடையே சில நூல்களை இந்நிகழ்ச்சியில் நான் அறிமுகப் படுத்தினேன். எழுத்தாளர்கள் பலருடன் எனக்குத் தொடர்பு ஏற்பட அது உதவிற்று. நல்ல நூல்கள் பலவும் எனக்கு வந்து சேர்ந்தன. தேடித் தேடிப் படைப்பிலக்கிய நூல்கள் பலவற்றை அனுப்பி வைத்தார். அன்பே உருவான ஆங்கரை பைரவி.

அப்பா என்று என்னை அழைக்கும் அந்தப் பிள்ளைக்கும், என்னை மதித்துத் தம் நூல்களை அனுப்பிய எழுத்தாளர் பலருக்கும் என் நன்றி உரியது.

தொடர் வண்டிப் பயணத்தில் ஒரு பெரியவர் என்னைப் பார்த்து, ''ஏம்ப்பா, இவ்வளவு நல்ல விஷயத்தை எல்லாம் சொல்றியே, இத்தனை நாள் எங்கிருந்தே?'' என்றுகேட்டார்.

''இருபது வருடங்களாக நான் இப்படித்தான் பேசிக் கொண்டிருக் கிறேன். ஆனாலும் ஊடகம்தான் என்னை உங்கள் வீட்டிற்குக் கொண்டு வந்திருக்கிறது'' என்றேன்.

இப்படி உலகெங்கும் உள்ள தமிழர்களின் வீடுகளுக்கு என்னை அழைத்துச் சென்றிருக்கும் கலைஞர் தொலைக்காட்சிக்கும், காணும்போதெல்லாம் ஊக்குவித்துப் பாராட்டும், திரு.அமிர்தம், திரு.இராம.நாராயணன் ஆகியோருக்கும் நன்றி.

அறிமுகம் அதிகமில்லை. ஆனாலும் தொடர்பு கொண்டு, உங்கள் குரலை நூல் வடிவில் கொண்டு வருகிறேன் என்றார் வானவில் புத்தகாலய உரிமையாளர் சுப.புகழேந்தி. இசைந்தேன். தினந் தோறும் நான் கலைஞர் தொலைக்காட்சியில் ஆற்றும் உரைகளைப் பதிவு செய்யத் தொடங்கினார். நண்பர் பாலகிருஷ்ணனின் வித்தக விரல்கள் விரைந்து அதனைத் தட்டச்சு செய்தன.

எனக்கே மலைப்பாக உள்ளது. இப்போது ஏறத்தாழ ஈராயிரம் பக்கங்கள் அணியமாய் உள்ளன. அவற்றுள் சிலவற்றைத் தேர்ந்தெடுத்து, ஏறத்தாழ 500 பக்கங்கள், மூன்று தொகுதிகளாய் முதலில் வெளியிடப்படுகின்றன. தொடர்ந்தும் தொகுதிகளைக் கொண்டு வர இருக்கின்றோம்.

இயந்திரத் தனமில்லாமல், ஓர் ஈடுபாட்டோடு இந்தத் தொகுதிகளை வெளிக் கொண்டு வந்துள்ள வானவில் புத்தகாலயக் குழுவினருக்கும், அழகிய அட்டை வடிவமைப்பை வழங்கியுள்ள அருமை நண்பர் விஜயனுக்கும் என் நன்றி.

கருஞ்சட்டைத் தமிழரின் உதவி ஆசிரியர் உமாவின் ஒத்துழைப்பு இல்லையென்றால், உரிய நேரத்தில் இந்த நூல் வெளிவந்திருக்காது. சலிக்காமலும், முகம் சுளிக்காமலும், மெய்ப்புத் திருத்தி, சிலவிடங்களில் திருத்தம் சொல்லி உதவிய உமாவிற்கு நன்றி.

தோழர் எழில் இளங்கோவனின் இணையற்ற துணைக்கும், கருஞ்சட்டைத் தமிழர் உதவி ஆசிரியர் மயில்வாகனனின் உதவிகள் பலவற்றிற்கும் என் நன்றி.

என் பணிகள் அனைத்திலும் உடனிருந்து, தொய்வின்றி அவை நடைபெறத் தோள்கொடுத்து, ஒவ்வோர் அரங்கிலும் என்னை உயர்த்திப் பிடிக்கும், நான் சார்ந்திருக்கும் திராவிட இயக்கத் தமிழர் பேரவைத் தோழர்கள் அனைவருக்கும் நன்றி.

வீட்டிலிருக்கும் நேரம் மிகக் குறைவு. இருக்கும்போதும், புத்தகம் படித்துக் கொண்டும், தொலைபேசியில் உரையாடிக் கொண்டும் உள்ள ஒரு மனிதனை எந்த மனைவி சகித்துக் கொள்வார்?

அந்தச் சகிப்புத் தன்மையால்தான், என்னால் இப்படிப் பல செயல்களைச் செய்ய முடிகிறது. என் வாழ்க்கைத் துணைவர் வசந்தாவிற்கும், நாள் தவறாமல் இந்நிகழ்ச்சி பற்றித் தன் கருத்தைச் சொல்லும் என் மூத்த மகன் இலெனினுக்கும் என் நன்றி.

எவ்வளவுதான் நினைந்து நினைந்து எழுதினாலும், விட்டுப் போனவர்களின் பட்டியல் ஒன்று இருந்தே தீரும். அப்படி இருந்தால், அவர்கள் என்னை மன்னிக்கட்டும்.

– சுப.வீரபாண்டியன்

4,5,6 தொகுதிகளுக்கான

முன்னுரை

2010 மார்ச் 1 காலை 9 மணிக்கு, வழக்கம்போல் கலைஞர் தொலைக்காட்சியில், ஒன்றே சொல் நன்றே சொல் நிகழ்ச்சி முடிந்த மறுநிமிடம், எனக்கு ஓர் இன்ப அதிர்ச்சி காத்திருந்தது.

அன்று நான், மாற்றுத்திறனாளிகள் குறித்துப் பேசியிருந்தேன். பிப்ரவரி மாதம் கோவைக்கு ஒரு நிகழ்ச்சிக்காகச் சென்றிருந்த வேளையில், சூரிய நாகப்பன் என்னும் நண்பர் ஒருவரை, நான் சார்ந்திருக்கும் திராவிட இயக்கத் தமிழர் பேரவையின் கோவை மாவட்டச் செயலாளர் தோழர் சூலூர் தேவராசன் எனக்கு அறிமுகம் செய்து வைத்தார். சூரிய நாகப்பன் ஒரு மாற்றுத்திறனாளி. ஐக்கிய நாடுகள் அவை, மாற்றுத்திறனாளிகள் குறித்து உருவாக்கியுள்ள சில ஆவணங்களையும், அதில் இந்தியா 2007 ஆம் ஆண்டே கையொப்பம் இட்டுள்ளதையும் சுட்டிக் காட்டினார். அந்தச் செய்தி என்னைக் கவர்ந்தது. அதனைத் தொலைக்காட்சியில் சொல்ல வேண்டுமென்று கருதி, ஆவணங்களைப் பெற்றுக் கொண்டேன்.

எண்ணியவாறு தொலைக்காட்சியில் பேசி முடித்த மறுநிமிடம், முதலமைச்சர் தலைவர் கலைஞர் அவர்கள் தொலைபேசியில் என்னை அழைத்தார். செய்திகளைச் சிறப்பாகச் சொன்னதற்காகப் பாராட்டினார். அந்த ஆவணங்களை எல்லாம் உடனே எடுத்துக்கொண்டு வா என்றார். காலை 10 மணிக்கு ஆவணங்களைக் கோபாலபுரத்தில் கொண்டுபோய்க் கொடுத்தேன்.

அன்று இரவு 7 மணிச் செய்தியில், இது குறித்து முதலமைச்சர் அறிக்கை வெளியிட்டிருந்தார். அதில் என் பெயரையும் குறிப்பிட்டிருந்தார். மாற்றுத் திறனாளிகளுக்கு விரைவில் உதவிகள் பல செய்ய இருப்பதாக அதில் தெரிவித்திருந்தார். அடுத்து வந்த நிதிநிலை அறிக்கையிலேயே, மாற்றுத் திறனாளிகளுக்காக 179 கோடி ரூபாயை முதல்வர் ஒதுக்கி இருந்தார். மாற்றுத் திறனாளிகளுக்கென்று

தனித்துறையையும் ஏற்படுத்தி, அதைத் தன் பொறுப்பிலேயே வைத்துக்கொண்டார். மாற்றுத்திறனாளிகளின் மனங்கள் மகிழ்ந்தன.

மூன்று ஆண்டுகளுக்கும் மேலாகத் தொடர்ந்து ஒளிபரப்பாகி வரும் ஒன்றே சொல் நன்றே சொல் நிகழ்ச்சியின் மிகப்பெரிய பயன்பாடாக இதனை நான் கருதுகின்றேன். முதல்வர் கலைஞர் அவர்களுக்கு நெஞ்சார்ந்த நன்றியைத் தெரிவித்துக் கொள்கின்றேன்.

2009இல் வெளிவந்த முதல் மூன்று தொகுதிகள், 2010 ஆம் ஆண்டுக்குள் மூன்று பதிப்புகளைக் கண்டுள்ளன என்பது ஊக்கம் தருகிறது. இப்போது வெளிவரும் தொகுதிகளும் அதே வரவேற்பைப் பெறும் என்னும் நம்பிக்கை வருகிறது.

இத்தொகுதிகளில் உள்ள கட்டுரைகள் அனைத்தையும் மிகச்சில நாள்களுக்குள் இரவு பகலாய் ஒளியச்சு செய்து தந்த உமாவிற்கு என் நன்றி உரியது.

ஆங்கரை பைரவியைப் போலவே, தான் படித்த, தனக்குக் கிடைத்த நல்ல நூல்களை எல்லாம் அவ்வப்போது அனுப்பிக் கொண்டிருக்கும் திரு சின்னமனூர் சோமசுந்தரம் அவர்களுக்கும், நூல்களை அனுப்பி வைக்கும் நண்பர்கள், எழுத்தாளர்கள் அனைவருக்கும் நன்றி.

உடல் உழைப்பின் மூலம் இந்நூலுக்கு உதவிய தோழர் நெல்லை சந்தானத்திற்கு நன்றி.

முதல் மூன்று தொகுதிகளுக்கு எழுதப்பட்டுள்ள முன்னுரையில் நன்றி கூறப்பட்டுள்ள அனைவருக்கும் மீண்டும் என் நன்றி.

நீங்கள் காட்டும் அன்பும், ஆதரவும் அடுத்தடுத்த தொகுதிகளைக் கொண்டு வரும்.

- சுப.வீரபாண்டியன்

1,2,3 தொகுதிகளின்
பதிப்புரை

இன்றைய தலைமுறைக்குப் படிப்பதற்கு நேரம் ஒதுக்குவதற்கு முடிவதில்லை. எவற்றைப் படிக்க வேண்டும் என அவர்களுக்கு வழிகாட்டுவதற்கும் யாருமில்லை. அவர்களுடைய அறிவுப் பசியைத் தீர்க்கும் விதத்தில், தான் பெற்ற உலக அனுபவங்கள், தான் படித்த புத்தகங்களின் சாரங்கள் இவற்றைக் கலைஞர் தொலைக்காட்சியின் 'ஒன்றே சொல்! நன்றே சொல்!' உரைத் தொகுப்பின் மூலமாக நமக்குத் தருகிறார் ஐயா சுப.வீரபாண்டியன் அவர்கள். அந்த உரைத் தொகுப்பின் ஒரு பகுதி புத்தக வடிவில் மூன்று தொகுதிகளாக இப்போது உங்கள் கரங்களில் தவழ்கிறது. மற்ற தொகுதிகளும் தொடர்ந்து வெளி வரும்.

காலை 8.45 மணிக்கு எல்லார் வீட்டிலும் கலைஞர் தொலைக் காட்சியின் ஒன்றே சொல்! நன்றே சொல்! நிகழ்ச்சியைத்தான் பார்த்துக் கொண்டிருப்பார்கள்.

எங்கள் வீட்டில் அந்த நேரம் கூடுதல் பரபரப்பு நிலவும் நேரம். நாங்கள் அந்த நிகழ்ச்சியை விரும்பிப் பார்ப்பது மட்டுமல்ல அந்தப் பரபரப்புக்குக் காரணம், அதை கவனமாக தினமும் ஒலிப்பதிவு செய்து கொண்டு வந்து புத்தக வடிவில் வருவதற்கு ஒளி அச்சுக்கோர்வை செய்யவும் வேண்டும்.

நாங்கள் உலக வரலாற்றை, இலக்கியங்களை, சமூக மாற்றங் களைப்பற்றித் தெரிந்து கொள்வதற்கு அது பெரிதும் உதவியிருக் கிறது. இப்போது உங்களுக்கும் புத்தக வடிவில் இருந்து உதவப் போகிறது.

ஐயா சுபவீ அவர்கள் தன் இடையறாத பணிகளுக்கிடையில் புத்தகம் வெளிவருவதற்கு உதவி புரிந்துள்ளார்கள். அவர்களுக்கு எங்கள் நன்றி.

முத்தமிழ் அறிஞர் தமிழக முதல்வர் டாக்டர் கலைஞர் அவர்கள் எங்கள் பதிப்புத்துறைக்கு செய்துள்ள நன்மைகள் ஏராளம். அவர்கள் இந்த நூலுக்கு அருமையானதொரு வாழ்த்துரை தந்து சிறப்பித்திருக்கிறார்கள். அவர்களுக்கும் எங்கள் மனமார்ந்த நன்றியைத் தெரிவித்துக்கொள்கிறோம்.

சுப.புகழேந்தி
வானவில் புத்தகாலயம்

பொருளடக்கம்

1. மாற்றுத் திறனாளிகள் 13
2. கருவறைக்குள் ஓர் உலகம் 18
3. செவ்வாய் தோஷம் 23
4. டாக்டர் ராதாகிருஷ்ணன் 28
5. சமூகப் பார்வையில் காதல் தோல்வி 33
6. தோல்வி கண்டு துவளாத ஏவி.எம் 38
7. அழிந்து வரும் சிங்கங்கள் 41
8. ஏழை படும் பாடு 45
9. அம்பேத்கரின் ஏழு நூல்கள் 52
10. தகவல் அறியும் உரிமை 58
11. வெற்றி என்பது 63
12. ஔரங்கசீப் 68
13. குறள் கூறும் நெறி 73
14. ஏன் டீச்சர் என்னைப் பெயிலாக்கினீங்க ... 78
15. குழந்தையின்மை யார் குறை 83
16. பூலான் தேவி 88
17. சின்ன மின்னல்கள் 93
18. பிளாசிப்போர் 98
19. செல்பேசி - பனித்துளிக்குள் இமயமலை ... 109
20. எது தமிழ்ப் புத்தாண்டு 112
21. மரணமில்லாத வீடு - ஈழத்தில் எது? 117
22. ராம் மனோகர் லோகியா 122
23. காந்தியடிகளும் மத நல்லிணக்கமும் 127
24. தாத்தா ரெட்டைமலை சீனிவாசனார் 132
25. தேக்வாண்டோ 137
26. இந்துமதமும் தீண்டாமையும் 141

மாற்றுத் திறனாளிகள்

ஒரு பொறியின் செயல்பாடு குறைபட்டுப் போகும்போது, மற்றொரு பொறியின் செயல்பாடு மிகவும் கூர்மைப்படும் என்பதுதான் இயற்கையின் நியதி. அப்படிப்பட்ட திறனாளிகளை, மாற்றுத் திறனாளிகளை எல்லா நாடுகளும் பயன்படுத்திக்கொள்ள வேண்டும்

உலக நடைமுறையில் ஒவ்வொன்று குறித்தும் சமூகப் பார்வைகள் அன்றாடம் மாறிக்கொண்டே இருக்கின்றன. அப்படிப் பார்வைகள் மாறுகிற போது, அவற்றிற்குண்டான பெயர்களும் சொற்களும் கூட மாறிக்கொண்டிருக்கின்றன.

ஒரு காலம் வரையில் ஏதாவது குறையுடைய குழந்தைகளை நாம் ஊனமுற்ற குழந்தைகள் என்று சொல்லிக் கொண்டிருந்தோம். ஆனால் இன்றைக்கு அப்படிச் சொல்லாமல், special children என்று சொல்லிப் பழகுகிறோம். அதாவது சிறப்பான குழந்தைகள் என்று அவர்களைச் சொல்கிறோம். மற்ற குழந்தைகளை விட, அவர்கள் சிறப்பான குழந்தைகள் என்று சொல்வதற்கு அடிப்படையாக ஒரு காரணம் இருக்கிறது. எல்லாப் பொறிகளும் சரியாக இருக்கிற ஒரு குழந்தையைக் காட்டிலும் அல்லது அந்தக் குழந்தைக்கு இணையாக, ஏதாவது ஒரு பொறி நலன், ஒரு உறுப்பு நலன் குறைவாக

இருக்கிற குழந்தை போட்டியிட்டு வருகிறது என்று சொன்னால், அந்தக் குழந்தைதானே சிறப்பான குழந்தையாக இருக்க முடியும். எனவே அதை special children என்று குறிப்பது மிகச் சரியானது.

அதேபோல் உடல் ஊனமுற்றோர், பார்வையற்றோர் என்றெல்லாம் சொல்லிக் கொண்டிருந்த அந்த சொற்கள், இன்று வழக்கிலிருந்து மெல்ல மெல்ல அப்புறப்படுத்தப்படுகின்றன. உடல் ஊனமுற்றோர் என்று யாரையும் குறிப்பிடாதீர்கள். ஆங்கிலத்திலே அவர்களை physically challenged என்று சொல்கிறார்கள். பார்வையற்றோர் என்றால் visually challenged என்று சொல்கிறார்கள். இவற்றிற்கான தமிழ் மொழிபெயர்ப்புகள் தொடக்கத்தில் அரையும் குறையுமாகத்தான் வெளிவந்தன. அதாவது உடல் ஊன அறைகூவலை ஏற்றுக்கொண்டவர்கள் என்று சொல்லப்பட்டது. அது ஒரு சரியான மொழிபெயர்ப்பாக இல்லை.

இன்றைக்கு அதற்கான மிகச் சரியான சொல் நடைமுறைக்கு வந்திருக்கிறது. உடல் ஊனமுற்றோர் அல்லர், அவர்கள் மாற்றுத்திறன் படைத்தோர் (differently abled) என்று தமிழில் சொல்லப் பழகியிருக்கிறோம். அவர்கள் இன்னொரு திறனைப்

பெற்றிருக்கிறார்கள். இயல்பாக உள்ள திறன் குறைந்திருந்தாலும், வேறு ஒரு திறனைப் பெற அவர்கள் முயன்றிருக்கிறார்கள். எனவே அவர்கள் மாற்றுத்திறன் உடையோர் என்று அழைக்கப்படுவதுதான் சரியானது.

அப்படி மாற்றுத்திறன் உடைய சூரிய நாகப்பன் என்கிற ஒரு நண்பரை நான் கோவையிலே சந்தித்தேன். அவர் பல புதிய செய்திகளை எனக்கு அறிமுகப்படுத்தினார். மாற்றுத்திறன் உடையோர் என்பதைக் காட்டிலும், மாற்றுத்திறனாளிகள் என்று சொல்லலாம் என்றார். இன்னொன்றையும் அவர் சொன்னார், இப்படி மாற்றுத்திறன் உடையவர்களாக இருக்கிற எங்களுக்கு இன்னமும் முழுமையான நியாயமும், நீதியும் வழங்கப்படவில்லை என்று குறிப்பிட்டார்.

தொண்டு நிறுவனங்கள், அரசு சாரா நிறுவனங்கள், ஏன் அரசும்கூட மாற்றுத்திறனாளிகளுக்குப் பல உதவிகள், பல சலுகைகளை வழங்கிக்கொண்டுதானே இருக்கிறார்கள் என்று நான் கேட்டேன். நானே பல தொண்டு நிறுவனங்கள் நடத்துகிற விழாக்களிலே கலந்துகொண்டு இருக்கிறேன். மூன்று சக்கர வண்டிகள் கொடுக்கிறார்கள். நடப்பதற்கு நடைக் குச்சி தருகிறார்கள். இப்படிப் பல உதவிகளைச் செய்து கொண்டுதானே இருக்கிறார்கள் என்று சொன்னபோது, அவர் பளிச்சென்று சொன்னார் 'நாங்கள் யாரிடமிருந்தும் சலுகைகளையும், இலவசங்களையும் எதிர்பார்க்கவில்லை'. 'பிறகு என்ன எதிர்பார்க்கிறீர்கள்?' 'எங்களுக்கான சமூக, அரசியல், பொருளாதார உரிமைகளை எதிர்பார்க்கிறோம்' என்று சொன்னார். எனக்கு அது உடனடியாக விளங்கவில்லை.

சமூக, அரசியல், பொருளாதார உரிமைகளை நாங்கள் கோருகிறோமே தவிர, சலுகைகளையும், இலவசங்களையும் நாங்கள் கோரவுமில்லை, அதற்காக ஏங்கி நிற்கவுமில்லை என்று சொன்ன அந்தக் கம்பீரம் எனக்குப் பிடித்திருந்தது. பிறகு அது தொடர்பான பல ஆவணங்களை எனக்கு எடுத்துத்தந்தார்.

மாற்றுத்திறன் உடையவர்களுக்காக ஏராளமான சட்டங்கள் ஏற்கனவே நடைமுறையில் இருக்கின்றன. 1987 ஆவது ஆண்டு மனநலச் சட்டம் The Mental health Act 1987 என்று ஒரு சட்டம் இருக்கிறது. நமக்கு அது சரியாகத் தெரியாமலேதான் இருக்கிறது.

1987லேயே அப்படி ஒரு சட்டம் வந்திருக்கிறது. பிறகு 1992 இல் இன்னொரு சட்டம் வந்திருக்கிறது. 1995 ஆவது ஆண்டு, Persons with disability Act உடல் ஊனமுற்றோர் சட்டம் வந்திருக்கிறது. இப்படி மூன்று சட்டங்களையும் அவற்றின் சாரங்களையும் அவர் எடுத்துக்காட்டினார்.

மாற்றுத்திறனாளிகள் எவ்வளவு பேர் இருக்கக்கூடும் என்று கேட்டதற்கு, இந்தியாவில் ஏறத்தாழ இரண்டு சதவீதம். தமிழ்நாட்டில் மட்டும் 18 இலட்சம் பேர் இருக்கக்கூடும் என்ற கணக்கை அவர் சொன்னார். 18 இலட்சம் என்பது ஒரு குறிப்பிடத்தக்க தொகைதான். சரி நீங்கள் கோருகின்ற சமூக, அரசியல், பொருளாதார உரிமைகள் என்ன என்று கேட்கிற போது, அந்த உரிமைகளை எல்லாம் நாங்கள் கோரி, அந்தக் கோரிக்கைகளை ஐக்கிய நாடுகள் அவையே ஏற்றுக்கொண் டிருக்கிறது என்பதையும் அவர் எடுத்துச் சொன்னார். அதற்கான முழுமையான சட்ட வடிவங்களை நகலெடுத்து எனக்குத் தந்தார்.

2007 ஆம் ஆண்டு ஐக்கிய நாடுகள் அவையிலே கையொப்பம் ஆகியிருகிறது. அதற்கான பெயர் கொஞ்சம் நீளமாக இருக்கிறது. The United Nations Convention rights for the Persons with Disabilities Act 2007 என்பது அந்தச் சட்டம். மாற்றத்திறன் படைத்தோருக் கான உரிமைகள் என்னென்ன என்று விளக்குகிற ஐக்கிய நாடுகள் அவையின் சட்டம் அது. அதை ஏற்றுக்கொண்டு உலகத்திலே உள்ள பல்வேறு நாடுகள் கையொப்பம் இட்டிருக்கின்றன. முதலில் கையொப்பம் இட்ட 7 நாடுகளில் இந்தியாவும் ஒன்றாக இருக்கிறது என்பது நமக்கு மகிழ்ச்சி தருகிறது. என்றாலும் அந்தச் சட்டம், அதிலுள்ள சாரம், இந்தியாவில் இன்னமும் பின்பற்றப் படவில்லை என்பது அடுத்துவருகின்ற வருத்தத்திற் குரிய செய்தியாக இருக்கிறது.

அதிலே சொல்லப்பட்டிருக்கிற முக்கியமான செய்தி என்ன வென்றால், நாட்டின் வளங்களில் குறைந்தது 3 சதவீதம் மாற்றுத்திறனாளிகளின் நலனுக்காக ஒதுக்கப்பட வேண்டும் என்பது தான். இன்றைக்கு நாம் இடஒதுக்கீடு என்பதைச் சாதியின் அடிப்படையில் கோருகிறோம். அது மிகவும் சரியான ஒன்று. பொருளியல் அடிப்படையில் சிலர் கோருகிறார்கள். அது சரியானதில்லை. காரணம் இடஒதுக்கீட்டுத் திட்டம் என்பது

வறுமை ஒழிப்புத் திட்டம் இல்லை. சாதியின் பெயரால் மறுக்கப்பட்ட உரிமைகளைச் சாதியின் பெயரால் மறுபடியும் கோருவது என்பதுதான்.

அதைப்போல மாற்றுத்திறன் உடையவர்களுக்கும் ஒதுக்கீடும், பங்கீடும் செய்யப்படுவதுதான் எல்லாவிதத்திலும் நியாயமானது. அதைத்தான் 2007 சட்டத்திலேயே எழுதியிருக்கிறார்கள். அதன்படி 3 சதவீதம் எல்லா நாடுகளும் வழங்க வேண்டும். அவர்களுடைய உடல் உழைப்பை, அவர்களுடைய மாற்றுத்திறனை, அவர்களுடைய மூளைக் கூர்மையை எல்லா நாடுகளும் பயன்படுத்திக் கொள்ள வேண்டும். அவர்களுக்கு வாய்ப்புத் தரவேண்டும் என்று மட்டும் அதற்குப் பொருளாகாது.

ஒரு பொறியின் செயல்பாடு குறைபட்டுப்போகும்போது, மற்றொரு பொறியின் செயல்பாடு மிகவும் கூர்மைப்படும் என்பதுதான் இயற்கையின் நியதி. அப்படிப்பட்ட திறனாளிகளை, மாற்றுத்திறனாளிகளை எல்லா நாடுகளும் பயன்படுத்திக் கொள்ள வேண்டும் என்று அந்தச் சட்டம் சொல்லுகிறது.

நாங்கள் யாரிடத்திலும் இலவசங்களை எதிர்பார்க்கவில்லை. பார்வையற்றோர், செவித்திறன் குறையுடையோர், கை கால் குறையுடையோர் என்று அதற்குள்ளே இருக்கிற பல்வேறு வகையான மாற்றுத்திறனாளிகளும் சமமாக நடத்தப்பட வேண்டும். சிலருக்கு மட்டும் சில சலுகைகள் கூடுதலாக வழங்கப்படுகின்றன என்கிற நிலை மாறி, அனைவரும் சமமாக நடத்தப்பட வேண்டும். நாங்கள் எதிர்பார்ப்பதெல்லாம் இலவசங்களை அல்ல. நாங்கள் கேட்பதெல்லாம் சலுகைகள் அல்ல. சமூக, அரசியல், பொருளாதார உரிமைகளையே நாங்கள் கோருகிறோம் என்று அவர் அழுத்தமாய்ச் சொன்னபோது, அந்தக் கோரிக்கை சரியாக இருந்தது.

மாற்றுத்திறனாளிகள் இன்றைக்கு சமூகப் போராளிகளாகவும் ஆகியிருக்கிறார்கள் என்பது நமக்குப் பெருமை தருகிறது.

கருவறைக்குள் ஓர் உலகம்

முதல் மூன்று வாரங்களுக்குச் சினை முட்டை என்று பெயர். மூன்றாவது வாரத்திலிருந்து எட்டாவது வாரம் வரைக்கும் அதற்குக் கரு என்று பெயர். எட்டாவது வாரம் முடிந்து போனால் அதற்குக் குழந்தை என்றுதான் பெயர்.

'உண்மை' இதழில் ஒரு தாயின் கருவறையில் கரு எப்படி வளர்கிறது என்பதை - ஒவ்வொரு வாரமும் அந்த வளர்ச்சி எப்படி இருக்கிறது என்பதை மருத்துவர் கவுதமன் அவர்கள் எழுதியிருக்கிறார். அது முழுக்க முழுக்க ஒரு அறிவியல் கட்டுரைதான் என்றாலும், ஒரு கவிதைக்குள்ள அழகு அந்தக் கட்டுரையிலே இருக்கிறது. அதைப் படித்துப் பார்க்கிறபோது ஓ! நாம்கூட இப்படித்தான் இருந்து, இந்த உலகத்திற்கு வந்திருக்கிறோமோ என்கிற எண்ணம் நம்மைப் பரவசப்படுத்துகிறது.

நாம் வயிற்றிலே இருக்கிற வரைக்கும் அதைக் கரு என்று சொல்கிறோம். ஆனால் அது வயிற்றுக் குள்ளேயே குழந்தையாக ஆகி விடுகிறது என்பதும், அந்தக் குழந்தையினுடைய வளர்ச்சி மெல்ல மெல்லக் கூடிக்கொண்டே போய், 9 மாதங்கள் நிறைவு பெற்றதற்குப் பிறகு, இந்த உலகத்துக்கு வருகிறது என்பதும் அந்தக் கட்டுரையிலே தரப்பட்டிருக்கிற செய்திகள். அக்குழந்தைக்கு மூன்று பெயர்களை வயிற்றிலே இருக்கிற போதே மருத்துவர் குறிக்கிறார்.

முதல் மூன்று வாரங்களுக்குச் சினை முட்டை என்று பெயர். மூன்றாவது வாரத்திலிருந்து எட்டாவது

வாரம் வரைக்கும் அதற்குக் கரு என்று பெயர். எட்டாவது வாரம் முடிந்து போனால் அதற்குக் குழந்தை என்றுதான் பெயர்.

எனவே கருவுற்ற காலத்திலிருந்து இரண்டு மாதங்களிலேயே அது குழந்தையாக மாறி விடுகிறது. சினை முட்டை என்பது கண்ணுக்குத் தெரியாத ஒன்று. அதற்குப் பிறகு கரு என்பது ஒரு நுண்ணோக்கியினால் பார்க்கத்தக்கது. எட்டு வாரங்களுக்கு அதாவது இரண்டு மாதங்களுக்குப் பிறகு, அந்தக் குழந்தையின் அளவு என்னவாக இருக்கிறது என்றால், ஒரு திராட்சைப் பழத்தைப்போல இருக்கிறது என்று எழுதுகிறார். ஒரு திராட்சைப்பழ அளவிலே இருந்துதான் நாம் இத்தனை வளர்ச்சிகளைப் பெற்றிருக்கிறோம். ஏன் இரண்டு மாதங்களுக்குப் பிறகுதான் குழந்தை என்று சொல்கிறார்கள் என்பதற்கு மருத்துவர் விளக்கம் தருகிறார். முக்கியமான மூன்று மாற்றங்கள் அப்போது தான் நடக்கின்றன. கண்கள் உருவாகின்றன. இதயம் மெல்லத் துடிக்கத் தொடங்கி விடுகிறது. இரத்த ஓட்டம் அப்போது ஆரம்பித்து விடுகிறது.

நாம் எண்ணிப் பார்க்கிறோம். தாயின் கருவறையில் இரண்டு மாதத்திலேயே இந்த இதயம் மெல்லத் துடிக்கத் தொடங்கி யிருக்கிறது. அப்போது துடிக்கத் தொடங்கிய இதயம் வாழ்க்கை யின் கடைசி நாள்வரை துடிக்கிறது. அல்லது துடிக்கிற வரைதான் வாழ்க்கை என்பதை நாம் அறிந்து கொள்கிறோம். இரண்டாவது மாதத்தில் இந்த மூன்று நிகழ்வுகள் தொடங்குகின்றன.

மூன்றாம் மாதம் எலும்புகள் மெல்ல மெல்ல வரத் தொடங்குகின்றன. எலும்புகள் என்றால் இன்றைக்கு நமக்கு இருப்பதைப்போல வலிமையான பெரிய எலும்புகள் இல்லை.

நான்காவது மாதம் குழந்தை சிறுநீர் கழிக்கத் தொடங்குகிறது. தாயினுடைய கருவறைக்குள்ளேயே எல்லாம் நிகழ்கிறது.

ஐந்தாவது மாதத்திலேதான் தலைப்பாகம் மட்டும் முழுமை அடைந்து, உடல் பாகத்திலே நான்கு மொக்குகள் தென்படுகின்றன என்று குறிப்பிடுகிறார். நான்கு மொக்குகள் என்று அவர் சொல்கிற அந்தக் கட்டம், திராட்சைப் பழம் அளவிலே இருந்து கோழி முட்டை அளவிற்குப் பெரிதாகிப் பிறகு வாத்து முட்டை அளவிற்குப் பெரிதாகிற காலம். உடல் பகுதியிலே இருந்து தலைப்பாகம் ஏறத்தாழ முழுமை அடைந்து, உடல் பாகத்திலே நான்கு மொக்குகள் தோன்றுகின்றன. அந்த நான்கு மொக்குகள்தான் நீண்டு நீண்டு இரண்டு கைகளாகவும் இரண்டு

கால்களாகவும் பின்னால் உருவாகின்றன. இது ஐந்தாவது மாதத்திலே உருவாகிற ஒரு நிலைமை.

ஆறாவது மாதத்தில் இன்னொரு புதிய நிகழ்ச்சி நடைபெறுகிறது. மெல்லத் தலையில் முடி வளர ஆரம்பிக்கிறது. இமைகள், புருவங்கள் என்று முடி என்பது உடம்போடு சேர்ந்து வளரத் தொடங்குகிறது. அதைப் போலவே உருண்டு திரண்டிருக்கிற அந்த விரல்களில், அந்தச் சின்னச்சின்ன விரல்களில் நகங்கள் வளரத் தொடங்குகின்றன. முடியும், நகமும் வளரத் தொடங்குகிறபோதுதான் அந்தக் குழந்தை வேறு ஒரு உருவத்தைப் பெறுகிறது. இப்படி அந்த வளர்ச்சி மெதுவாக நடந்து கொண்டிருக்கிறபோது, ஏழாவது மாதம் நடைபெறுகிற அந்த வளர்ச்சியை அவர் அழகாய்ச் சொல்கிறார். அப்போதுதான் அந்தக் குழந்தை முதன் முதலாக வாயைத் திறந்து மூடுகிறது. அந்த இரண்டு அண்ணங்களும் அந்த உதடுகளும் ஒட்டுகிற அந்தப் பருவநிலை மாற்றம் வருகிறபோது, சில பிள்ளைகளுக்கு அவை ஒட்டாமல் போய்விடுகின்றன. அதனுடைய விளைவாகத்தான் உதடுகள் பிளந்ததாகச் சில பிள்ளைகளுக்கு இருப்பதை நாம் பார்க்கிறோம். அது கருவறைக்குள்ளேயே நிகழ்கிற ஒரு மாற்றம்.

அதற்குப் பின்னால் அந்தச் சின்னக் குழந்தை - ஒரு வாத்து முட்டையினுடைய அளவிலே இருக்கிற அந்தக் குழந்தை - வாயைத் திறந்து மூடுவதை, மெல்ல மெல்ல அந்தச் சின்னச் சின்னக் கைகளை அசைப்பதை நாம் ஸ்கேன் என்கிற கருவியின் மூலமாகப் பார்க்க முடியும் என்று சொல்கிறார். எனவே ஏழாவது மாதத்திற்குப் பிறகு எட்டாவது மாதம், ஒன்பதாவது மாதம், மெல்ல மெல்ல அந்தக் குழந்தை அசைகிறது. அது ஏறத்தாழ இந்த வெளி உலகத்திற்கு வருவதற்குத் தயாராகி விட்டது என்கிற நிலை ஏற்படுகிறது. ஒன்பதாவது மாதம் முடிந்ததற்குப் பிறகு, அந்தக் கருப்பை சுருங்கிச் சுருங்கி விரிகிறது. பனிக்குடம் உடைகிறபோது சுருங்கிச் சுருங்கி விரிகிற கருப்பை, அந்தக் குழந்தையை வெளியேற்றுவதற்கு மெல்லத் தயாராகி விடுகிறது.

ஒன்பது மாதங்கள் நிறைவுற்றதற்குப் பிறகு எந்த நேரத்திலும் அந்தக் குழந்தை வெளியே வரலாம். இந்த உலகத்துக்கு வந்து சேரலாம். ஆகையினாலே சினை முட்டையாக இருந்து, பின்னர் கருவாகி, பின்னர் குழந்தையாய் உருவாகி வெளியிலே வருகிற வரைக்கும் அங்கேயே ஓர் உலகம் இருக்கிறது. அங்கேயே நம்முடைய வாழ்க்கையின் முதல் கட்டம் தொடங்கி விடுகிறது.

இந்த உருவத்தை நாம் எப்படிப் பெற்றோம் என்று எண்ணிப் பார்க்கிறபோது, இத்தனை விஞ்ஞான உண்மைகள் இருக்கின்றன, மருத்துவக் கூறுகள் இருக்கின்றன, ஒவ்வொரு துண்டும் இந்த உடம்பில் துளித்துளியாக வளர்ந்திருக்கிறது என்பதை அந்தக் கட்டுரை ஒரு கவிதையாக நமக்குச் சொல்கிறது. இந்த உலகத்திற்கு வருவதற்குள் எத்தனை விதமான இடர்ப்பாடுகள். சில பிள்ளைகளுக்கு வெளியே வருகிறபோதே அந்த இடர்ப்பாடுகள் தொடங்கி விடுகின்றன. போராட்டம்தான் வாழ்க்கையாக இருக்கிறது. குழந்தை வெளியே வருகிறபோது தலை முதலில் வந்து

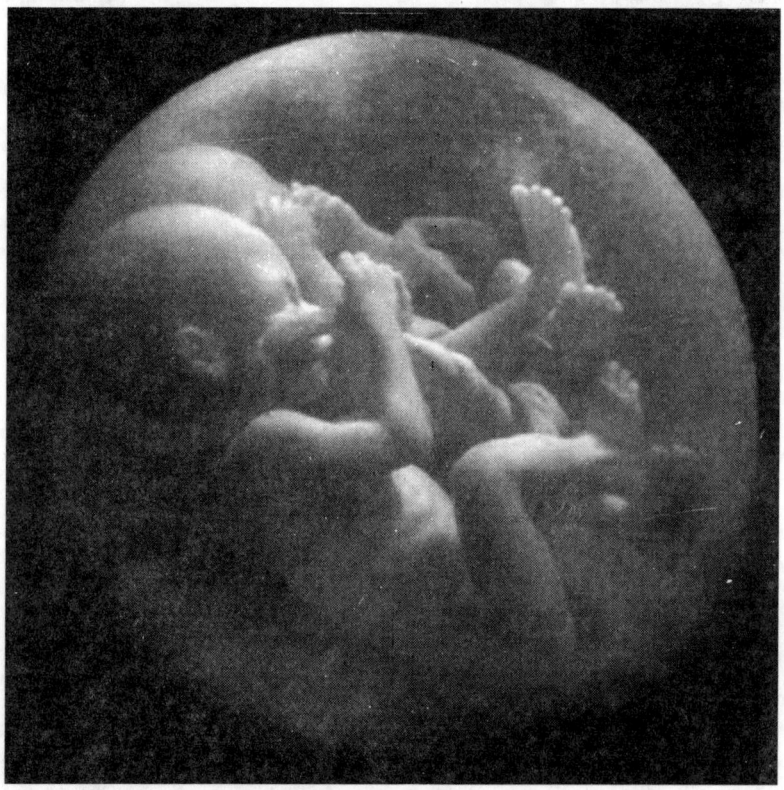

விடுமானால் அது சுகப்பிரசவமாக இருக்கிறது. சில பிள்ளைகளுக்கு கால்கள் வெளியே வந்து விடுகின்றன. சில பிள்ளைகளோ குறுக்கே படுத்திருக்கின்றன. அப்படிப்பட்ட நேரங்களிலேதான் அறுவை சிகிச்சை தேவைப்படுகிறது என்பதையும் அவர் சொல்கிறார்.

நீருக்கு மேலே வாத்துகள் மிதப்பதை நாம் பார்க்கிறோம். அவை அசையாமல் இருப்பதைப்போல நமக்குத் தோன்றுகின்றன.

ஆடாமல் அசையாமல்தான் அந்த வாத்துகள் இருக்கின்றன. ஆனால் கூர்ந்து கவனித்தால் அந்த வாத்துகளினுடைய கால்கள் தொடர்ந்து தண்ணீருக்குள்ளே போராடிக் கொண்டே இருக்கின்றன. அதனால்தான் வாத்துகளால் நீந்த முடிகிறது. எனவே கரு என்பது வயிற்றுக்கு உள்ளே இருப்பது போலத் தோன்றினாலும் உள்ளேயே ஒரு போராட்டம் நடைபெறுகிறது. வாழ்க்கை - போராட்டத்தில் தான் தொடங்குகிறது. ஆனால் போராட்டத்தில்தான் அழகு இருக்கிறது என்பதை இந்தக் கட்டுரை நமக்கு விளக்குகிறது.

செவ்வாய் தோஷம்

செவ்வாய்க் கிரகம் 93 லட்சம் மைல்களுக்கு அப்பால் இருக்கிறது. அவ்வளவு தொலைவாக இருக்கிற ஒரு கிரகம், இந்தப் பெண்ணைக் கண்டுபிடித்து, பெண்ணின் மாமியாரையும் கண்டுபிடித்து, குறிபார்த்துக் கொன்றுவிடும் என்று சொல்வது அறிவியல் உலகில் எப்படி நம்பத் தகுந்தது

சின்னக் குழந்தைகளுக்கெல்லாம் 'பால்ய விவாகம்' என்னும் பெயரில் திருமணம் செய்து கொண்டிருந்த நம் சமூகம், இன்றைக்கு 30 வயதைக் கடந்த பெண்களுக்குத் திருமணம் செய்து வைக்க முடியாமல் ஏங்கிக் கிடக்கிறது. அன்றைக்கு பால்ய விவாகம், இன்றைக்கு முதிர் கன்னியர் பிரச்சனை. இன்றைக்கு ஏன் திருமணம் ஆகவில்லை என்பதற்கு வரதட்சணை போன்ற காரணங்கள் முதன்மையாக இருக்கின்றன. இவற்றைத் தாண்டி இன்னொரு வேடிக்கையான காரணமும் இருக்கின்றது. பல பெண்களுக்கு ஜாதகத்திலே செவ்வாய் தோஷம் இருக்கின்றது. அதனால்தான் திருமணம் ஆகவில்லை என்று கூறுகிறவர்களையும் நாம் பார்த்திருக்கிறோம்.

சமூகத்திலே ஒரு நம்பிக்கை இருக்கிறது. ஒரு பெண்ணுக்கு ஜாதகத்தில் செவ்வாய் தோஷம் இருக்குமானால், அதே மாதிரி செவ்வாய் தோஷம் உரிய மணமகன் கிடைக்கிற வரையிலே அவள் காத்திருக்க வேண்டும். அப்படி இல்லாமல் அவளுக்குத் திருமணம் செய்து விட்டால் அந்தப்

பெண்ணுடைய கணவனுக்கோ அல்லது மாமியாருக்கோ உயிர்ச்சேதம் ஏற்பட்டு விடும் என்கிற ஓர் அச்சம் இருக்கிறது. அதற்கு விஞ்ஞானப்பூர்வமான ஆதாரங்கள் ஏதுமில்லை. ஆனாலும் மக்களிடையே அப்படியொரு ஆழமான நம்பிக்கை இருக்கிறது.

செவ்வாய் தோஷம் இருக்கிறது என்று சொன்னால், புதன் தோஷம், வியாழன் தோஷம் எல்லாமும்கூட இருக்க வேண்டும். இன்னமும் சொன்னால் நெப்டியூன் தோஷமும்கூட இருக்க வேண்டும். அவற்றுக்கெல்லாம் தோஷமில்லை. செவ்வாய் கிரகத்துக்கு மட்டும்தான் தோஷம் இருக்கிறது என்று நம்புவதற்கு என்ன காரணம்? செவ்வாய் கிரகத்தின் மீது நம்முடைய தமிழ்ச் சமூகத்துக்கு மட்டுமன்று, உலகம் முழுதும் இருக்கிற மக்களுக்கும் அச்சம் இருக்கிறது. பல நாடுகள் செவ்வாயைக் கண்டு அஞ்சு கின்றன. அமெரிக்கா போன்ற நாடுகளோ, செவ்வாயை நல்ல நாள் என்று கருதுகின்றன. எனவேதான் அமெரிக்காவிலே பல நேரங்களிலே செவ்வாய்க்கிழமையில் தேர்தலை வைக்கிறார்கள். எப்போதும் தேர்தல் வைக்கிறபோது ஒருவருக்கு அது நல்ல நாளாகவும் அதுவே இன்னொருவருக்குக் கெட்ட நாளாகவும் அமையும். இருவரும் வெல்ல முடியாது. எவ்வாறாயினும், ஒரு நாளைக் கெட்ட நாள் என்று நம்புவதும், அதையே நல்ல நாள் என்று நம்புவதும் எல்லாம் மூடநம்பிக்கைதான்.

இப்படி ஒரு நம்பிக்கை, ஒரு அச்சம் ஏன் வந்தது என்று கேட்டால், மற்ற கிரகங்களைப் போல் அல்லாமல் செவ்வாய் கொஞ்சம் சிவப்பாகத் தெரிவதுதான் அதற்கான காரணம். அதனால்தான் பெயரையே செவ்வாய் என்று நாம் வைத்திருக்கிறோம். அந்தக் கிரகத்தைச் சுற்றிக் கூடுதலாகத் தூசுகள் இருக்கிற காரணத்தினாலே, அது சிவப்பாகத் தெரிகிறது என்பதுதான் அறிவியல் தருகிற செய்தி. ஆனால் சிவப்பைப் பார்த்தவுடனேயே ஏதோ ஆபத்து என்பதைப்போல நமக்கு ஒரு அச்சம் இருக்கிறது. அந்த அச்சம் வளர்ந்து வளர்ந்து செவ்வாய் தோஷம் என்பது வரைக்கும் வந்து நிற்கிறது.

செவ்வாய் தோஷம் என்பதற்கு ஜோதிடர்கள் தருகிற விளக்கம் என்ன என்றால் சிம்மராசியில், லக்கனத்தில், சந்திரனில் இதுபோன்ற வீடுகளில் செவ்வாய்க்கிரகம் இருக்குமானால், அது செவ்வாய் தோஷம் உள்ள ஜாதகம். அப்படிப் பார்த்தால் 100க்கு 50 பேருக்கு செவ்வாய் தோஷம் இருக்கும். எனவே அதிலிருந்து சில சலுகைகள், சில தளர்ச்சிகள் வழங்கப்படுகின்றன. அப்படி அந்தச் செவ்வாய் இருந்தாலும்கூட, செவ்வாயோடு உடன் சேர்ந்து ராகு அல்லது

கேது, குரு, சனி, சூரியன் என்னும் ஐந்து கிரகங்களிலே ஒன்று சேர்ந்திருந்தால் செவ்வாய் தோஷம் இல்லை என்று விலக்கி விடலாம். அப்படி விலக்கி விட்டதற்குப் பிறகும், 100க்கு 8.5 சதவீதம் பேருக்கு, அதாவது ஒரு நாளின் 24 மணி நேரத்தில், குறிப்பிட்ட 2 மணி நேரம் பிறக்கிற குழந்தைகள் எல்லோருக்கும் செவ்வாய் தோஷம் இருக்கும் என்பதுதான் ஜோதிடர்கள் தருகிற செய்தி.

அப்படிப் பார்த்தால், இந்தியாவில் ஒரு நிமிடத்திற்கு 30 பிள்ளைகள் பிறக்கிறார்கள். அது இன்றைக்குக் கொஞ்சம் கூடுதலாக ஆகியிருக்கலாம் அல்லது ஒன்று இரண்டு குறைந்திருக்கலாம். ஒரு நிமிடத்திற்கு 30 குழந்தைகள் என்று சொன்னால் ஒரு மணி நேரத்திற்கு 1800 குழந்தைகள் பிறக்கிறார்கள். 2 மணி நேரத்திற்கு 3600 குழந்தைகள் பிறக்கிறார்கள். எனவே ஒவ்வொரு நாளும் 3600 குழந்தைகள் செவ்வாய் தோஷத்தோடு பிறக்கிறார்கள் என்பதாக ஆய்வுகள் விளக்குகின்றன. அவர்களுள் ஏறத்தாழ 1800 குழந்தைகள் பெண்களாக இருக்க வாய்ப்பு உண்டு. அத்தனை குழந்தைகளும் செவ்வாய் தோஷச் சிக்கலினால் ஏற்படும் பாதிப்புகளுக்கு உள்ளாவார்கள்.

செவ்வாய் எங்கே இருக்கிறது? பூமியிலே இருந்து 93 லட்சம் மைல்களுக்கு அப்பாலே இருக்கிறது. அதுதான் இருக்கிற கோள்களிலேயே நமக்குப் பக்கத்திலே இருக்கிற கோள். சூரியனுக்கும் நமக்கும் இடையில் புதன், வெள்ளி என்கிற இரண்டு

கோள்கள் இருக்கின்றன. சூரியனுக்கு எதிர்த்திசையில் நமக்கு அடுத்ததாக இருப்பது செவ்வாய்தான். அடுத்த கிரகம் என்றாலும்கூட அது 93 லட்சம் மைல்களுக்கு அப்பால் இருக்கிறது. ஒரு ராக்கெட் 1000 கி.மீ. வேகம் என்று வைத்துக் கொண்டு போனாலும், அந்த இடத்தைப் போய் அடைவதற்கு ஏறத்தாழ 216 நாட்கள் ஆகும் என்று விஞ்ஞானிகள் சொல்கிறார்கள். அவ்வளவு தொலைவாக இருக்கிற ஒரு கிரகம், இந்தப் பெண்ணைக் கண்டுபிடித்து, பெண்ணின் மாமியாரையும் கண்டுபிடித்து, குறிபார்த்துக் கொன்றுவிடும் என்று சொல்வது அறிவியல் உலகில் எப்படி நம்பத் தகுந்தது என்பதை நாம் எண்ணிப்பார்க்க வேண்டும்.

மேலை நாடுகளிலே செவ்வாய் பற்றிய அச்சம் இருந்தாலும்கூட, செவ்வாய் பற்றிய ஆராய்ச்சி தொடர்ந்து நடைபெற்றுக் கொண்டிருக்கின்றது. 1960களிலே இருந்து செவ்வாயைப் பற்றி அறிவதற்கு அறிவியல் உலகம் முயன்று கொண்டிருக்கிறது. அங்கு தண்ணீர் இருக்கிறதா அல்லது உயிர்கள், மனிதர்கள் வாழ்வதற்கு உரிய சூழல் இருக்கிறதா என்பதையெல்லாம் ஆராய்ந்து கொண்டிருக்கிறார்கள். 1965ஆவது ஆண்டுதான் முதல் முதலாக அமெரிக்கா அனுப்பிய அந்த ஏவுகணை ஏறத்தாழ செவ்வாய்க்கு அருகிலே போய் 22 படங்களை எடுத்து அனுப்பியது. அதுதான் செவ்வாய் பற்றிய முதல் தகவல். 22 படங்களை அந்தக் கலம் அனுப்பியது. அதற்குப் பிறகு பலமுறை முயன்று, திரும்பத் திரும்பத் தோல்விகளைக் கண்டதற்குப் பிறகு, அதாவது சந்திரனில் கால் வைத்த 7 ஆண்டுகளுக்குப் பிறகு 1976லேதான் முதன் முதலாக ஏவுகணை அங்கே போய் இறங்கிற்று. அதுவும் ஆளில்லாத ஒன்றுதான். ஆனால் இன்றுவரை மனிதர்கள் அங்கே போய் இறங்கவில்லை. நிலவிலே மட்டும்தான் மனிதன் கால் வைத்திருக்கிறான். செவ்வாயிலே அந்தக் கலம் மட்டும்தான் ஆளில்லாமல் போய் இறங்கியது 1976இல்.

இரண்டு விண்கலங்கள் இறங்கி ஏறத்தாழ 1 லட்சம் படங்களை எடுத்து அனுப்பியிருக்கின்றன. இப்போது அந்தப் படங்களை இணையத் தளங்களிலேகூட பார்க்க முடிகிறது. மிகப்பெரிய பள்ளத் தாக்குகள், குகை போன்ற பள்ளங்கள், இந்தியாவிலே இருக்கிற இமயமலையைக் காட்டிலும் பெரிய மலைகள், இப்படியெல்லாம் இருக்கிற ஒரு கிரகம்தான் அங்கே இருக்கிறது. அந்தக் கிரகத்துக்கும் நம்முடைய திருமணத்துக்கும் எந்த தொடர்பும் இருக்க முடியாது என்கிற தெளிவு நமக்கு வருமானால், இந்த செவ்வாய் தோஷம் போன்றவற்றை எண்ணி நாம் அச்சப்பட வேண்டியதில்லை.

புதிய திருப்பம் என்ன என்றால் நம்முடைய நம்பிக்கைகளுக்கு அறிவியலைக் கொண்டு வந்து சேர்த்து முடிச்சுப் போட்டுச் சொல்வது. நாம் நம்முடைய ரத்தத்தைச் சோதனை செய்கிறபோது Rh.Negative, Rh.positive என்று சொல்வார்கள். ரத்தத்தில் யாருக்கெல்லாம் ஆர்.எச். இல்லையோ அவர்களுக்கு எல்லாம் செவ்வாய் தோஷம் என்கிறார்கள். பொதுவாக அறிவியலிலே ஒரு செய்தி உண்டு. ரத்தத்தில் ஆர்.எச். கணவன் - மனைவி இருவருக்கும் இருக்க வேண்டும். இல்லையென்றால் இருவருக்கும் ஆர்.எச். இருக்கக் கூடாது. அதை இப்போது மாற்றிக்கொள்வதற்காக, ஊசிகள் எல்லாம் வந்து விட்டன என்பதை நாம் அறிவோம்.

அதையும் இதையும் முடிச்சுப் போட்டு சொல்வதைக்கூட அண்மையிலே பல ஆராய்ச்சிகள் மூலம் விளக்கி இருக்கிறார்கள். ஏறத்தாழ 100 பேரை ஆராய்ந்து பார்த்தால், அதாவது ஜாதகப்படி செவ்வாய் தோஷம் இருக்கிறவர்கள் ஆர்.எச்.நெகட்டிவாக இருக்கிறார்களா என்று பார்த்தால், 98.4 சதவீதம் அப்படி இல்லை. 1.6 சதவீதம் அப்படி இருக்கிறது என்றால் அது தன்னிச்சையாக நடந்திருக்கிறது என்பதுதான் பொருள். ஆகையினாலே இது அறிவியல் சார்ந்த செய்தி இல்லை. செவ்வாய் தோஷம் என்பதற்கு எந்தவித அறிவியல் ஆதாரமும் இல்லை. அப்படிப்பட்ட ஒன்றை வைத்துக் கொண்டு நம்முடைய பெண்களின் வாழ்க்கையை நாம் பாழடித்து விடக்கூடாது.

டாக்டர் ராதாகிருஷ்ணன்

அவர் அரசியலிலே ஈடுபடவில்லை. எந்தப் போராட்டத்திலேயும் கலந்து கொள்ள வில்லை. விடுதலைக்காக, இந்தியாவிலே நடைபெற்ற எந்தப் போராட்டத்திலும் அவர் பங்கெடுக்கவும் இல்லை. சிறை செல்லவும் இல்லை. இன்னும் கூடுதலாகச் சொன்னால், 1947ஆம் ஆண்டு வரை அவர் காங்கிரஸ் கட்சியில் உறுப்பினராகக்கூட இல்லை.

இந்தியத் தத்துவ அறிஞர் என்று போற்றப் படுகிற, இந்தியாவின் குடியரசுத் தலைவராக இருந்த டாக்டர் ராதாகிருஷ்ணன் தமிழ்நாட்டிலே பிறந்தவர். அவர் தெலுங்கு பிராமணக் குடும்பத்தைச் சார்ந்தவர் என்றாலும், 1888இல் அவர் பிறந்தது திருத்தணியிலேதான். திருத்தணியிலே பிறந்த ஒருவர் இந்தியக் குடியரசுத் தலைவராக உயர்ந்தார் என்பது நமக்கு இருக்கிற ஒரு மகிழ்ச்சியான செய்தி.

அவர் தத்துவத்துறையிலே மிகச்சிறந்த மாணவராக விளங்கினார். சென்னையிலே இருக்கிற கிறித்துவக் கல்லூரியிலேதான் அவர் பயின்றார். அதற்குப் பிறகு மைசூரிலும், கல்கத்தாவிலும் தத்துவப் பேராசிரி யராக 13 ஆண்டுகள் அவர் பணியாற்றினார். 1919லிருந்து 1931வரை அவர் தத்துவப் பேராசிரியராக இருந்தார். அந்த நேரங்களிலே அவர் உருவாக்கிய நூல்கள், இந்தியத் தத்துவத் துறையிலே விதைத்த சிந்தனைகள் உலகெங்கும் பேசப்பட்டன. அவருடைய கருத்துகளுக்கு மேலை

நாடுகளிலே இருந்து பெரிய வரவேற்புக் கிடைத்தது. மிகக் கடுமையான எதிர்ப்புகளும் வந்தன.

அவர் 1915ஆம் ஆண்டு முதன் முதலாகக் காந்தியடிகளைச் சந்தித்தார். ஆனாலும் அவர் அரசியலிலே ஈடுபடவில்லை. கல்வித்துறையிலேதான் இருந்தார். கல்வித்துறையில், சமயம் சார்ந்த தத்துவங்களிலே அவருடைய ஈடுபாடு கூடுதலாக இருந்தது. சமயம் சார்ந்த என்பதையும் விட, குறிப்பாக இந்து மதம் சார்ந்த தத்துவங்களில் அவர் மிகுந்த ஈடுபாடு காட்டினார். ஆகையினாலே தான் அவர் எழுதிய நூல்களிலே மிகப் புகழ்பெற்ற, உயர்ந்த நூல்களாகக் கருதப்படுவன, உபநிடதங்களின் தத்துவங்கள் என்கிற நூலும், கருத்து முதல்வாத வாழ்க்கை முறை என்கிற நூலும்தான். ஒன்றை 1926லும், இன்னொன்றை 1929லும் அவர் வெளியிட்டார்.

உபநிடதங்கள் பற்றிய பல கருத்துகள் பிடிபடாமல் இருந்தன. வேதங்களைப் போன்றவை அல்ல உபநிடதங்கள். வேதங்கள் பெரும்பான்மையாகத் துதிப்பாடல்களைக் கொண்டவை. அதற்குள்ளே ஒரு பெரிய சித்தாந்த, தத்துவக் கோட்பாடுகள் எதுவும் இல்லை. இந்திரனே, சோமனே, வாயுவே, அக்னியே எங்களைக் காப்பாற்று என்பன போன்ற துதிப்பாடல்கள். எங்களின் எதிரிகளை, தாசர்களை (திராவிடர்களைக் குறித்த சொல்தான் அது) அழித்தொழிக்க உதவு என்பன போன்ற வேண்டுதல் பாடல்கள்தான் வேதங்களிலே இருக்கின்றன. ரிக், யஜுர், சாம, அதர்வன என்கிற நான்கு வேதங்களையும் விரிவாகப் பார்த்தால், சில நேரங்களில் அவை மந்திர தந்திரங்களைப் பற்றிச் சொல்கின்றன. சில வெறும் பாடல்களாக அமைகின்றன.

ஆனால் அவற்றுக்குப் பின்னால் உருவான உபநிடதங்கள் ஒவ்வொன்றும், ஒவ்வொருவிதமான தத்துவக் கருத்துகளை தன்னுள்ளே வைத்திருக்கின்றன. முதல் தொடக்ககால உபநிடதங்கள் கடவுளைப்பற்றி ஒரு மாதிரியாகச் சொல்லின. பிறகு அடுத்த கால கட்டம், மூன்றாவது கால கட்டம் என்று மூன்று வகை உபநிடதங்கள் உள்ளன. மூன்றாவது உபநிடதங்களே முதிர்ச்சியானவை என்று சொல்லப்படுகின்றன. அந்த உபநிடதங்கள் பெரும்பாலும் கடவுள் என்றால் எது என்று கேட்கிறபோது, வானம் இல்லை, பூமி இல்லை, அதற்கு மூலமாக இருக்கிற ஒன்றுமில்லை நேதி நேதி என்றுதான் உபநிடதங்கள் சொல்கின்றன. நேதி என்றால் இல்லை என்று பொருள். இது இல்லை, அது இல்லை, நாம் நினைக்கிற, நாம் கருதுகிற எந்த ஒன்றாகவும் கடவுள் இல்லை என்று சொல்கிற அந்த ஒன்றுதான் நேதித் தத்துவம்.

அந்த உபநிடதங்களுக்கெல்லாம் ஒரு விளக்கத்தை டாக்டர் ராதாகிருஷ்ணன் ஒரு புத்தகமாக எழுதி வெளியிட்டார். உபநிடதங்களின் தத்துவங்கள் என்பது அந்தப் புத்தகத்தின் பெயர். இன்றைக்கும் பேசப்படுகிற, விவாதிக்கப்படுகிற புத்தகமாக அது இருக்கிறது. அதற்கு அடுத்ததாக தன்னுடைய பேராசிரியப் பணிக்காலத்தினுடைய ஒரு முதிர்ச்சி பெற்ற நிலையில் அவர் கருத்து முதல் வாதத்தை வலியுறுத்தி இன்னொரு நூலை எழுதினார்.

கருத்து முதல் வாதிகளும், பொருள் முதல்வாதிகளும் மேலை நாடுகளிலும் இருந்தார்கள். கருத்து முதல் வாதிகளாக இருக்கிற தத்துவ ஆசிரியர்கள் ராதாகிருஷ்ணனுடைய நூலை வெகுவாகப் புகழ்ந்தார்கள். இந்தியத் தத்துவஞானத்தை இவரைப்போலத் தெளிவாக எழுதியவர் எவரும் இல்லை என்று குறிப்பிட்டார்கள். கீழை உலகத்திலிருந்து உதித்திருக்கிற சூரியன் என்கிற அளவுக்கும் கூட அவரைப் பாராட்டிப் குறிப்பிட்டார்கள்.

அதே நேரத்தில் அங்கே இருக்கிற சில தத்துவ ஆசிரியர்களும், அவர்களுடைய சீடர்களும் டாக்டர் ராதாகிருஷ்ணனுடைய நூல்களை மிகக் கடுமையாகவும் விமர்சனம் செய்தார்கள். அது வெறும் கட்டாந்தரை, அதில் ஒரு புல்கூட முளைக்காது என்று மிகக்

கடுமையான விமர்சனத்தை ஒருவர் வைத்திருக்கிறார். இன்னொருவர் எழுதுகிறபோது, இது பொதுவாக சமயம் சார்ந்த தத்துவங்கள் போன்ற பாவனை காட்டினாலும்கூட, இந்துத்துவாவைத் தூக்கிப்பிடிக்கிற, இந்து மதக் கோட்பாடுகளை உலகத்தில் உயர்த்திப் பிடிக்கிற ஒன்றுதானே தவிர, பாரபட்சமற்ற நடுநிலையான தத்துவம் என்று இதைச் சொல்ல முடியாது என்கிற விமர்சனமும் இருக்கிறது.

1931வரையிலே பல்கலைக்கழகங்களிலே தத்துவப் பேராசிரியராக இருந்த அவர் அதுவரை அரசியலிலே ஈடுபட வில்லை என்பது மட்டுமன்று, அதற்குப் பின்னாலும்கூட அவர் அரசியலிலே ஈடுபடவில்லை. எந்தப் போராட்டத்திலேயும் கலந்து கொள்ளவில்லை. விடுதலைக்காக, இந்தியாவிலே நடைபெற்ற எந்தப் போராட்டத்திலும் அவர் பங்கெடுக்கவும் இல்லை. சிறை செல்லவும் இல்லை. இன்னும் கூடுதலாகச் சொன்னால், 1947ஆம் ஆண்டு வரை அவர் காங்கிரஸ் கட்சியில் உறுப்பினராகக்கூட இல்லை.

ஆனால் அவர் காந்தியாருடைய தத்துவங்களைப் புகழ்ந்து 1934இல் பல கட்டுரைகளை எழுதினார். உலகத்திலே இருக்கிற தத்துவங்களிலேயே காந்தியம்தான் மிகப்பெரிய தத்துவம் என்பதாக எழுதினார். காந்தியாருக்கும் அவருக்கும் ஒரு நெருக்கம் ஏற்பட்டது. அவருக்கும் காங்கிரஸ் கட்சிக்கும் கூட ஒரு நெருக்கம் ஏற்பட்டது. அதன் விளைவாக 47இல் இந்தியா விடுதலை அடைகிறபோது, 47லிருந்து 49 வரையில் இந்திய அரசியல் நிர்ணய சபை உறுப்பினராக அவர் நியமிக்கப்படுகிறார். பிறகு கல்வி, தத்துவங்களிலே அவர் காட்டிய ஆர்வத்தின் அடிப்படையில், அவரை சோவியத் யூனியனுக்கு இந்தியா தூதுவராக அனுப்புகிறது. அது 1949. 49லிருந்து 50 இறுதி வரை அவர் சோவியத் யூனியனில் இந்தியாவினுடைய தூதுவராக இருக்கிறார். அப்போது ஒருமுறை ஸ்டாலினைச் சந்தித்தார் என்று ஒரு குறிப்பு இருக்கிறது.

52ஆவது ஆண்டு ராஜேந்திரபிரசாத் இந்தியாவின் குடியரசுத் தலைவராக நியமிக்கப்பட்டபோது, டாக்டர் ராதாகிருஷ்ணன் துணைக் குடியரசுத் தலைவராக நியமிக்கப்படுகிறார். 57ஆவது ஆண்டு, தான் குடியரசுத் தலைவராக வரவேண்டும் என்கிற விருப்பத்தை ராதாகிருஷ்ணன் தெரிவித்திருந்தாலும், ராஜேந்திர பிரசாத்தே இன்னொரு முறையும் குடியரசுத் தலைவராக நியமிக்கப்படுகிறார். எனவே 62 இல்தான் டாக்டர் ராதாகிருஷ்ணன் குடியரசுத் தலைவர் ஆகிறார். 1954ஆம் ஆண்டே

அவருக்குப் பாரத ரத்னா என்கிற ஒரு மாபெரும் விருதும் வழங்கப்படுகிறது. 62 முதல் குடியரசுத் தலைவராக இருந்த ராதாகிருஷ்ணன் 65, 66க்குப் பிறகு கொஞ்சம் கொஞ்சமாக உடல் நலிவுக்கு உள்ளாகிறார். பார்வையிலே கொஞ்சம் மங்கல் ஏற்படுகிறது. மற்றவர்கள் துணையோடுதான் நடக்க முடியும் என்கிற நிலை ஏற்படுகிறது. அந்த நிலையிலும்கூட, 67இல் மீண்டும் இன்னொரு முறை 5 ஆண்டுகள் தான் குடியரசுத் தலைவராக நீடிக்க வேண்டும் என்று அவர் விரும்புகிறார். அந்த விருப்பத்தை அன்றைக்கு இருந்த பிரதமரும், அன்றைக்கு இருந்த காங்கிரஸ் கட்சியினுடைய மேலிடப் பொறுப்பாளர்களும் ஏற்றுக்கொள்ள வில்லை என்பதால் அவருடைய விருப்பம் நிறைவேறவில்லை.

ஒரு பெரிய வியப்பான செய்தி என்ன என்றால், செப்டம்பர் 5ஆம் தேதிதான் ராதாகிருஷ்ணன் பிறந்த நாளும், வ.உ.சி. பிறந்த நாளும். வ.உ.சி. ஏராளமான போராட்டங்களிலே கலந்து கொண்டார். தன் செல்வத்தை எல்லாம் அழித்தார். சிறையில் வாடினார். ஆனால் அவரைக் காங்கிரஸ் கட்சியோ, இந்தியாவோ பெரிதாகக் கொண்டாடவில்லை. ஆனால் டாக்டர் ராதா கிருஷ்ணன் கடைசி வரைக்கும் காங்கிரசில் உறுப்பினராகக்கூட இல்லை. எந்தப் போராட்டங்களிலேயும் கலந்து கொள்ளவும் இல்லை. என்றாலும் அவரை மிகப்பெரிய பதவியிலே அமர்த்தி வைத்து அழகு பார்த்தது இந்தியா.

சமூகப் பார்வையில் காதல் தோல்வி

'கற்பெனப்படுவது சொற்றிறம்பாமை' என்பது பழந்தமிழ்த் தொடர். கற்பெனப் படுவது சொற்றிரம் பாமைதான், அதாவது வாக்குத் தவறாமைதான் என்றால், யார் வாக்குத் தவறினாரோ அவரைத்தானே கற்பிழந்தவர் அல்லது கெட்டுப்போனவர் என்று சொல்லவேண்டும்.

தன்னை ஏமாற்றிய காதலனைப் போராடிக் கைப்பிடித்த காதலி, காதலனுக்கு நடக்க இருந்த திருமணத்தைத் தடுத்து நிறுத்திய பெண் என்பன போன்ற செய்திகளை அடிக்கடி நாம் செய்தித் தாள்களில் பார்க்கிறோம். எந்த இடத்திலும் தன்னை ஏமாற்றிய ஒரு பெண்ணை, ஓர் ஆண் போராடித் திருமணம் செய்து கொண்டான் என்று இல்லை. ஏன் பெண் மட்டும் இப்படிப் போராடு கிறாள்? எவனைக் காதலித்தோமோ, அந்த மனிதனையே மணக்க வேண்டும் என்பதில் உறுதியாக இருக்கிறாள் என்பது நம்முன்னால் இருக்கிற கேள்வி.

இந்தக் கேள்வியை புதிய கோணத்தில் ஒரு கட்டுரை அணுகியிருக்கிறது. ஜனசக்தி என்கிற நாளேட்டில் காதலர் தினத்தை ஒட்டி, ஆதலினால் காதல் செய்வீர் என்கிற ஒரு கட்டுரையை எழுத் தாளர் இரா.உமா எழுதியிருக்கிறார். அதில் அவர் சொல்லியிருக்கிற அந்தக் கோணம் புதியதாகவும், சிந்திக்கத் தக்கதாகவும் இருக்கிறது.

விதி என்றொரு பழைய தமிழ்த்திரைப்படத்தில் இருந்து அவர் தன்னுடைய கட்டுரையைத் தொடங்குகிறார். அந்தப் படம் வழக்கமான தமிழ்த் திரைப்படங்களில் இருந்து வேறுபட்டதாக இருக்கிறது. காலகாலமாகக் காதலிலே ஏமாந்து போகிற ஒரு பெண் பெரும்பாலும் தற்கொலை செய்து கொள்வாள் அல்லது யாரையும் திருமணம் செய்து கொள்ளாமல் வாழ்ந்து கொண்டிருப்பாள். இப்படித்தான் திரைப்படங்கள் எடுக்கப் பட்டன. இதுதான் கற்பு என்று காட்டப்பட்டது. பிறகு எப்படியாவது போராடி அவனையே திருமணம் செய்துகொள்வது போன்ற புதிய பாதைகள் வந்து சேர்ந்தன. இதைப் பற்றி அந்தக் கட்டுரையிலே ஒரு கேள்வி எழுப்பப்படுகிறது. ஏன் பெண்ணும், ஆணும் இந்த நிலையிலே வேறுபட்டு நிற்கிறார்கள். காதல் எப்படி இரண்டு பேருக்கும் ஏற்படுகிறதோ, அப்படிக் காதல் தோல்வியும் இரண்டு பேருக்கும் ஏற்படுகிறது. ஆணுக்கு காதல் தோல்வி ஏற்படுகிறபோது என்ன நடக்கிறது என்றால், கொஞ்ச நாளைக்குத் தாடி வைத்து, கவலைப்பட்டு பிறகு இன்னொரு பெண்ணைக் காலித்து அல்லது காதலிக்காமல் திருமணம் செய்துகொண்டு ஆண் தன் வாழ்க்கையை இயல்பாக ஆக்கிக்கொள்கிறான். ஆனால் பெண்ணோ போராடிப் போராடி எப்படியாவது அவனைக் கைப்பிடிக்க வேண்டும் என்று நினைக்கிறாள்.

விதி என்கிற படத்திலே வருகிற கதாநாயகி ஒரு விதிவிலக்கு. அவனைத் திருமணம் செய்துகொள்ள வேண்டும் என்பதற்காகப் போராடவில்லை. அவனை நீதிமன்றத்திலே கொண்டுபோய் நிறுத்தித் தண்டனை வாங்கிக் கொடுக்கிறாள். பெரும்பாலான பெண்கள் காதலித்தவனையேதான் திருமணம் செய்துகொள்ள வேண்டும் என்பதில் உறுதியாக இருக்கிறார்கள். அதற்காகப் போராடுகிறார்கள். அதற்கு ஒரு காரணமும் இல்லை. காதல் தோல்வி என்பதை, ஆணுக்கு ஒரு மாதிரியாகவும், பெண்ணுக்கு ஒரு மாதிரியாகவும் இந்தச் சமூகம் பார்க்கிறது என்பதுதான் அதற்கான காரணம். இதைத்தான் அந்தக் கட்டுரை அழுத்தமாகப் பதிவு செய்கிறது.

சொல்லப்போனால் காதலுக்குத் தோல்வியும் கிடையாது; வெற்றியும் கிடையாது. காதல் என்பது அன்பு. ஒருவர் மீது நாம்

கொள்ளுகிற நேசம். அன்பும் நேசமும் ஒருநாளும் தோற்றுப் போவதில்லை. ஆனால் நடைமுறையிலே நாம் எப்படிப் பார்க்கிறோம் என்றால் திருமணத்தில் முடிந்தால் அது வெற்றி, திருமணத்தில் முடியவில்லை என்றால் அது தோல்வி என்று கருதுகிறோம். சில நேரங்களில் திருமணம் முடிந்த பிறகும், அதைத் தோல்வியில் கொண்டுவந்து நிறுத்திவிடும் நிகழ்வுகளும் உண்டு. இந்த நடைமுறையை வைத்துக் கொண்டு, ஆணுக்கு காதல் தோல்வி ஏற்பட்டால் இதெல்லாம் சகஜம்தானே என்று சொல்லுகிற இந்தச் சமூகம், காதலில் தோல்வியடைந்த பெண்ணைப் பார்த்து அவள் ஏமாந்து போனவள் அல்லது கெட்டுப்போனவள் என்று சொல்கிறது.

தான் காதலித்த பெண்ணை ஒருவன் திருமணம் செய்து கொள்ளவில்லை என்றால் அவனைக் கெட்டுப்போனவன் என்று யாரும் சொல்வதில்லை. காதலையும், கற்பையும் மிக நெருக்கமாகப் பார்க்கும் பார்வை அல்லது இரண்டையும் ஒன்றாகப் பார்க்கிற பார்வை இங்கே இருக்கிறது. எனவே தான் கெட்டுப்போனவளாக ஆகாமல் இருக்க வேண்டும் என்றால்,

அவன் நல்லவனோ கெட்டவனோ - ஏமாற்றுகிறவன் நல்லவனாக இருக்க முடியாது - அவனைத்தான் திருமணம் செய்து கொள்ளவேண்டும் என்கிற கட்டாயத்தை, நிர்பந்தத்தை இந்தச் சமூகம் அந்தப் பெண்ணின் மீது திணிக்கிறது. இந்தச் சமூகப் பார்வைதான் இப்படி ஒரு நிலைக்குப் பெண்ணைக் கொண்டுவந்து விடுகிறது என்று அந்தச் செய்தி மிகச்சரியாகப் பதிவாகி இருக்கிறது.

'கற்பெனப்படுவது சொற்றிரம்பாமை' என்பது பழந்தமிழ்த் தொடர். அதையும் அந்தக் கட்டுரையிலே குறிப்பிட்டு, கற்பெனப்படுவது சொற்றிரம்பாமைதான், அதாவது வாக்குத் தவறாமைதான் என்றால், யார் வாக்குத் தவறினாரோ அவரைத்தானே கற்பிழந்தவர் அல்லது கெட்டுப்போனவர் என்று சொல்லவேண்டும். நான் உன்னைத் திருமணம் செய்து கொள்கிறேன் என்று வாக்குக் கொடுத்துவிட்டு, அதிலிருந்து ஒரு ஆண் நழுவியிருந்தால் அல்லது தவறியிருந்தால் அவனைத்தானே கற்பிழந்தவன் என்று இந்த உலகம் சொல்ல வேண்டும். ஆனால் ஆணுக்கு எந்த விதியும் இல்லாமல், எப்போதும் பெண்ணைப் பற்றியே இப்படிப்பட்ட செய்திகளை இந்தச் சமூகம் அழுத்தமாகப் பதிக்கிறது. அதனால் அந்தப் பெண்ணுக்கு இன்னொருவரைக் காதலிக்கவோ, இன்னொருவரைத் திருமணம் செய்து கொள்ளவோ வாய்ப்பு மறுக்கப்பட்டு, அவன்தான் இனிமேல் உனக்கு விதிக்கப்பட்ட விதி என்று விதித் தத்துவமாக அது மாற்றப்படுகிறது.

ஆணைப் பொறுத்தளவு ஒரு வேலைக்கு முயற்சி செய்து கிடைக்கவில்லை என்றால் இன்னொரு வேலை தேடிக்கொள் வதைப் போன்ற இயல்பான செய்தியாக அது ஆகிவிடுகிறது. நாம் படித்திருப்போம். வேடிக்கையாக இது பற்றிய கவிதைகள் கூட இருக்கின்றன. ஆடிக்குப் பின்னே ஆவணி, தாடிக்குப் பின்னே தாவணி என்று எழுதியவர்கள் உண்டு. ஒருவன் காதல் கடிதம் எழுதிவிட்டு அதில் ஒரு பின்குறிப்பு எழுதியதாக ஒரு கவிதை நையாண்டி செய்யும். அந்தப் பின்குறிப்பிலே என்ன இருக்கும் என்றால், அன்புள்ள மாலதி நான் எழுதியிருக்கிற இந்தக் கடிதம் உனக்கு உடன்பாடில்லை, பிடிக்கவில்லை என்றால் கிழித்து விடாதே உன் தங்கை ரேவதியிடம் கொடுத்துவிடு என்று அந்தப்

பின்குறிப்பு முடியும். இப்படி ஆண்களுக்கு அது ஒரு சாதாரண செய்தியாகவும், பெண்களுக்கு அதுதான் வாழ்க்கை யாகவும் ஆக்கப்பட்டிருக்கிற காரணத்தினாலேதான், பெண்கள் இந்த நிலைக்கு வருகிறார்கள்.

இவற்றிலிருந்து விடுபட வேண்டுமானால் பெண்கள் போராட வேண்டியிருக்கிறது. காதலித்தேன் உண்மைதான், அவன் ஏமாற்றி விட்டான், அவனுக்காக நான் ஏன் காத்திருக்க வேண்டும், நான் இன்னொருவனைத் தேர்ந்தெடுத்து மணந்து கொள்வேன் என்று சொல்கிற துணிவு பெண்ணுக்கு வருவதற்குச் சமூகம் அவளை அனுமதிப்பதில்லை. அப்படிச் சொல்லுகிற பெண்களைத் திருமணம் செய்துகொள்வதற்கு ஆண்களும் முன்வருவதில்லை.

பெண்ணுக்கும் ஆணுக்குமான பார்வைகள் வேறுவேறாக இருக்கிற காரணத்தினாலேதான் அவனைக் கெஞ்சுகிறாள், அவனோடு போராடுகிறாள். எதுவும் இயலாது என்கிற நிலையில் தற்கொலை செய்துகொள்கிற நிலைக்குப் போய்விடுகிறாள். இது சமூகம் சார்ந்த பிரச்சினை. சமூகம் தன் பார்வையை மாற்றிக் கொள்ள வேண்டும். இதற்காக யாரும் காதலிக்காமல் இருந்து விடக் கூடாது. பெண்களே, ஆண்களே காதல் செய்வீர் என்று அந்தக் கட்டுரை முடிகிறது. காதலர் தினத்தை ஒட்டி வந்திருக்கிற அந்தக் கட்டுரை, காதல் தோல்வி என்பது பற்றிய ஒரு புதிய பார்வையை நமக்கு வழங்கியிருக்கிறது.

தோல்வி கண்டு துவளாத ஏவி.எம்.

நமக்கு ஒரு படப்பிடிப்பு அரங்கம் இருந்தால், இதிலே பாதி வேலையைக் குறைத்து விடலாம் என்று அவருக்குத் தோன்றுகிறது. மூன்று தோல்விகள் வந்ததற்குப் பிறகு, அந்தத் துறையை விட்டே ஓடி விடலாம் என்று இல்லாமல், மேலும் அந்தத்துறையிலே ஆழமாகக் கால் பதித்தால்தான் வெற்றியைக் காண முடியும் என்று அவர் கருதியிருக்கிறார்

தமிழ்த் திரை உலக வரலாற்றில் ஏவி.எம்.என்பது மறக்க முடியாத ஒரு பெயர். தொடக்க நாளி லிருந்தே தமிழ்த் திரையுலகில் பல்வேறு மைல் கற்களை அந்த நிறுவனம் கடந்து வந்திருக்கிறது. 1931ஆவது ஆண்டுதான் முதல் முதலாகப் பேசுகிற படம் திரைக்கு வந்திருந்தது. அதற்கு முன்பிருந்த படங்கள் எல்லாம் பேசாத ஊமைப் படங்கள்தாம். 31லேதான் முதன் முதலில், தமிழில், காளிதாஸ் என்று ஒரு படம் வந்தது. அந்தப் படம் பேசியது. அதைப்பற்றி அன்றைக்கு மக்கள் அனைவரும் பேசினார்கள். திரை பேசுமா என்கிற ஒரு பெரிய கேள்வி அன்றைக்கு நாட்டையே சுற்றிக் கொண்டிருந்தது. அது ஒரு பெரிய அதிசயமாக இருந்தது.

அதுவும் எப்படிப் பேசியது என்றால், காளிதாஸ் படத்திலே நடித்த அந்தக் கதாநாயகி தமிழில் பேசுவார். கதாநாயகன் தெலுங்கில் பேசுவார். கூட நடித்த பாத்திரங்கள் எல்லோரும் இந்தியில் பேசுவார்கள். எந்த மொழியில் வேண்டுமானாலும் பேசலாம். அவ்வளவு பேரும் அவரவருக்குத் தெரிந்த மொழியிலே பேசினார்கள்.

எல்லாவற்றையும் மக்கள் கேட்டுக்கொண்டு ஏன் இவ்வாறு பல மொழிகளில் பேசுகின்றனர் என்று கேட்கவில்லை. பேசுகிறார்கள், அதுவே பெரிய வியப்பு. எந்த மொழியில் பேசினால் என்ன? என்கிற நிலை அன்றைக்கு இருந்தது.

ஆனால் அடுத்த சில ஆண்டுகளிலேயே திரைத்தொழில் நுட்பம் வளரத்தொடங்கி விட்டது. அந்தக் காலகட்டத்தில்தான் ஏ.வி.எம்., திரைத்துறைக்கு வருகின்றார். முதலில் காரைக்குடிக்கு அருகில் தேவகோட்டை ரஸ்தா என்னும் இடத்தில் ஒரு பட நிறுவனத்தைத் தொடங்கி, பிறகு சென்னைக்கு அதனை இடம்மாற்றுகிறார். இரண்டு தமிழ்த் திரைப்படங்களை அடுத்தடுத்து அவர் தயரிக்கிறார். அவை இரண்டுமே வெற்றி பெறவில்லை என்பது ஒரு சோகம்.

மூன்றாவதாக அவர் எடுத்த நந்தகுமார் ஓரளவுக்கு வெற்றி பெற்றது என்றாலும், குறிப்பிடத்தக்க அளவிற்கு அதுவும் வெற்றி பெறவில்லை. மூன்று படங்களும் ஒன்றன் பின் ஒன்றாகத் தொடர்ந்து தோல்விகளைத் தந்ததற்குப் பிறகும் கொஞ்சமும் துவளாமல் மறுபடியும் படம் எடுப்பது என்கிற முயற்சியிலே ஏ.வி. எம். ஈடுபடுகிறார்.

அதாவது அன்றிலிருந்தே புதுமைகளைச் செய்ய வேண்டும் என்பதும், தோல்விகளை வெற்றிகளின் படிக்கட்டுகளாக ஆக்கிக் கொள்ள வேண்டும் என்பதும் அவருடைய இலக்காக இருந்திருக் கின்றன.

திரைப்படத்துறையிலே இருக்கிற நண்பர்கள் கூறுவார்கள், ஒலிப்பதிவுக் கருவியை, டேப்ரெக்கார்டர் என்று சொல்கிறோமே அதனை, அன்றைக்கே மிகச் சரியாகப் பயன்படுத்தியவர் ஏ.வி.எம்.

அவர்கள்தான் என்று. கையிலே அவர் ஒரு சின்ன ஒலிப்பதிவுக் கருவியை எப்போதும் வைத்திருப்பாராம். மகிழுந்திலே போகிறபோது எங்கேயாவது ஓர் இடம் காலியாகக் கிடந்தால், உடனே அக்கருவியை எடுத்து, 'இந்த இடத்திலே கொஞ்சம் காலியான இடம் இருக்கிறது, என்ன என்று விசாரித்துச் சொல்லுங்கப்பா?' என்று அதிலே சொல்லிப் பதிவு செய்வாராம். அடுத்த நாள், அலுவலகத்திலே இருக்கிறவர்கள் அதைப்போய்ப் பார்த்து, அது என்ன இடம் என்பதையெல்லாம் விசாரித்து, அதற்கு அடுத்தநாள் அவருடைய மேசையிலே அந்த இடத்தைப் பற்றிய தகவல்களையெல்லாம் தயாராக வைத்துவிடுவார்களாம். ஒரு விஞ்ஞானக்கருவியை ஆக்கப்பூர்வமாக நிர்வாகத்திற்கு எப்படிச் சரியாகப் பயன்படுத்திக் கொள்ளவேண்டும் என்பதிலே ஒரு வல்லுனராக அவர் இருந்திருக்கிறார்.

அதனால்தான் எல்லாத் தோல்விகளையும் தாண்டி அவராலே வெற்றி பெற முடிந்திருக்கிறது. அடுத்து நமக்கு ஒரு படப்பிடிப்பு அரங்கம் இருந்தால், இதிலே பாதி வேலையைக் குறைத்து விடலாம் என்று அவருக்குத் தோன்றுகிறது. மூன்று தோல்விகள் வந்ததற்குப் பிறகு, அந்தத் துறையை விட்டே ஓடி விடலாம் என்று இல்லாமல், மேலும் அந்தத்துறையிலே ஆழமாகக் கால் பதித்தால்தான் வெற்றியைக் காண முடியும் என்று அவர் கருதியிருக்கிறார். அவருடைய முயற்சி திருவினை ஆக்கி இருக்கிறது. இன்றைக்கும் நாம் ஏவி.எம். நிறுவனப் படங்களிலே எல்லாம் முயற்சித் திருவினையாக்கும் என்கிற வரியைப் பார்க்கிறோம். அது வெறும் எழுத்துகள் அல்ல... ஏவி.எம். அவர்களினுடைய அனுபவம்.

தொடர்ந்து பல வெற்றிகளை அதற்குப் பிறகு ஏவி.எம். நிறுவனம் பெற்றிருக்கிறது. அரிச்சந்திரா என்கிற படத்தை 1944ஆவது ஆண்டு தயாரிக்கிறார். டப்பிங் என்று சொல்லப்படுகிற தொழில் நுட்ப அடிப்படையில், முதன் முதலாக ஒலி மாற்றம் செய்யப்பட்டு எடுக்கப்பட்ட படம் அரிச்சந்திராதான். கன்னட மொழியில் இருந்து அது அன்றைக்கு ஒலிமாற்றம் செய்யப்பட்டது. இன்றைக்கு ஏராளமான டப்பிங் படங்கள் வருகின்றன. அவற்றுக்கெல்லாம் முன்னோடியாக ஏவி.எம்தான் இருந்திருக்கிறார்.

தோல்விகண்டு துவளாமல் தொடர்ந்து முயற்சி செய்தால், வெற்றி பெற முடியும் என்பதைத் தன் வாழ்வில் மெய்ப்பித்துக் காட்டிய ஏவி.எம். அவர்களினுடைய பிறந்த நாள் ஜூலை 28.

அழிந்து வரும் சிங்கங்கள்

ஷாஜகானுடைய சிங்க வேட்டை ஈடுபாட்டைத் தெரிந்து கொண்ட அவருடைய காவலர்கள், சிங்கங்களைத் தேடிப்பிடித்து அதை ஒரு முள்வேலிக்குள்ளே கொண்டு வந்து அடைக்க, பிறகு ஷாஜகான் யானையின் மீது ஏறிச் சென்று அந்தச் சிங்கங்களையெல்லாம் வேட்டையாடி இருக்கிறான்

காட்டு ராஜாக்கள் என்று நாம் சிங்கங்களை அழைக்கிறோம். காட்டு ராஜாக்களை எல்லாம் நம்முடைய நாட்டு ராஜாக்கள் பெரும்பாலும் அழித்து விட்டார்கள். இன்றைக்கு இந்தியாவிலே சிங்கங்கள் இல்லை என்கிற அளவுக்கு நிலை வந்து விட்டது. வெறும் 300 முதல் 350 சிங்கங்கள் மட்டும்தான் குஜராத்திலே இருக்கிற வனங்களிலும், ஜார்க்கண்டிலேயும் இருக்கின்றன. வேறு எங்கும் சிங்கங்கள் இல்லை.

சிங்கம் என்றாலே ஆப்பிரிக்காவினுடைய சொத்து என்று கருதுகிற அளவுக்கு இன்று உலகத்தினுடைய நிலை மாறிப்போய் விட்டது. சிங்கங்கள் குறித்தும், அவற்றினுடைய நிலை குறித்தும், அவை எப்படி அழிக்கப்பட்டன என்பது குறித்தும், தியோடர் பாஸ்கரன் மிக விரிவான, சுவையான கட்டுரையை எழுதி இருக்கிறார். சிங்கங்கள் பற்றிய பல தகவல்களை நாம் அதன் மூலம் அறிந்து கொள்ள முடிகிறது.

பொதுவாகச் சிங்கங்களை ஆப்பிரிக்கச் சிங்கங்கள் என்றும் ஆசியச் சிங்கங்கள் என்றும் அழைக்கிறோம். ஆப்பிரிக்க சிங்கங்களில் 7 வகைகள் இருப்பதாகச் சொல்கிறார்கள்.

ஆசியாவிலே இருக்கிற சிங்கங்கள் ஒரே ஒரு வகையைச் சார்ந்தவைதான். ஆப்பிரிக்காவினுடைய சிங்கங்களுக்கும் ஆசியாவினுடைய சிங்கங்களுக்கும் அடிப்படையான வேறுபாடு தோற்றத்திலும் இருக்கிறது. அதனுடைய பிடரி மயிர் வளர்ந்திருக்கிற அந்த அழகிலும் இருக்கிறது. சிங்கத்தின் அழகே அந்தப் பிடரி மயிரிலேதான் இருக்கிறது. பிடரியிலிருந்தும் காலிலிருந்தும் கத்தைக் கத்தையாகத் தொங்கும் அந்த முடி இருக்கிறதே, அதுதான் சிங்கத்தின் அழகு. ஆப்பிரிக்க சிங்கத்தோடு ஒப்பிடுகிறபோது, ஆசியச் சிங்கத்தின் முடியின் அளவு குறைவாக இருக்கிறது. அதனாலேதான் ஆசியாவிலே இருக்கிற சிங்கங்களைப் பார்க்கிறபோது அவற்றினுடைய காதுகளை மட்டுமாவது பார்க்க முடிகிறது. ஆப்பிரிக்கச் சிங்கங்களைப் படங்களிலே நாம் பார்க்கிறோம். காதுகள்கூட மறைக்கப்படுகிற அளவுக்கு அவைகளின் பிடரி மயிர் வளர்ந்திருக்கின்றது.

இவை ஒருபுறம் இருக்க, இந்தியாவில் சிங்கங்களின் எண்ணிக்கை ஏன் குறைந்து போய்விட்டது என்கிற ஒரு கேள்வியை அவர் கேட்கிறார். நாம்தான் குறைத்தோம். காலங்காலமாக வேட்டையாடுவதை ஒரு பொழுதுபோக்காகவும், பெருமிதமாகவும் கொண்ட காரணத்தினாலே, நாம் அந்தச் சிங்கங்களை இழந்தோம்.

சிங்கங்களினுடைய மதிப்பு என்ன என்பதை உலகம் எப்படித் தெரிந்து கொண்டது என்பதையும் தியோடர் பாஸ்கரன் தன்னுடைய கட்டுரையிலே விளக்குகிறார். ஏசுநாதர் பிறப்பதற்கு 480 ஆண்டுகளுக்கு முன்னால், பெர்சியப் பேரரசன் கிரேக்கத்தை நோக்கிப் படையெடுக்கிறான். பெர்ஸியா என்பது இன்றைக்கு ஈரான் என்று வழங்கப்படுகிற பகுதி. அந்தப் பெர்ஸியாவினுடைய பேரரசன் கிரேக்கம் நோக்கிப் படையெடுத்துப் போகிறபோது ஒரு புதிய அனுபவம் கிடைக்கிறது. கிரேக்கத்திலே ஏராளமான சிங்கங்கள் இருக்கின்றன. அந்தச் சிங்கங்கள் எதிர்த்து வருகிற படைகளைக் கண்டு அஞ்சாமல், அந்தச் சேனையிலே இருக்கிற ஒட்டகங்களையெல்லாம் பாய்ந்து கடித்துக் குதறி விடுகின்றன. ஈரானிலிருந்து புறப்பட்டுப்போன படையினுடைய முக்கியமான சேனை என்பதே அந்த ஒட்டகப்படைதான். அந்த ஒட்டகப்படை சிங்கங்களைக் கண்டு மிரள்கிறது. அப்போது அந்தப்படை பின்வாங்க நேரிடுகிறது.

அந்தச் சிங்கங்கள் ஒட்டகங்களைத் தாக்கினவே தவிர, மற்ற விலங்குகளையோ வந்த மனிதர்களையோ அவை தாக்கவில்லை என்பது ஒரு குறிப்பு. எனவே சிங்கங்கள் தொடக்கத்தில் ஆட்கொல்லிகளாக இருக்கவில்லை என்பதை நாம் புரிந்து கொள்கிறோம். எப்போது அவை ஆட்கொல்லிகளாக மாறின என்றால் அதனை வேட்டையாட மனிதன் தொடங்கியதற்குப் பிறகு, மனிதன் மீது சிங்கங்களுக்குக் கோபம் வந்தது. இவர்கள்தான் நம்மைக் கொல்கிறார்கள் என்று தெரிந்த பிறகு, சிங்கங்கள் பிற்காலத்திலே ஆட் கொல்லிகளாக மாறியிருக்கலாம். கொல்லப்படாமல் இருக்க வேண்டுமானால், எதிரியைக் கொல்ல வேண்டும் என்பதுதானே போர்த் தர்மம்.

இந்தியாவிலே ஏராளமான சிங்கங்கள் இருந்திருக்கின்றன. எல்லாம் அருகி, இன்றைக்கு அதனுடைய எண்ணிக்கை 350 என்கிற நிலைக்கு வந்து விட்டது. ஷாஜகானுக்குப் பெரும் புகழ் இருப்பது, தாஜ்மகாலைக் கட்டியதற்காக மட்டுமல்ல, சிங்கங்களை வேட்டையாடியதற்காகவும்தான் அவன் வரலாற்றிலே வாழ்கிறான் என்று குறிப்பிருக்கிறது. ஷாஜகானுக்கு அப்படி ஒரு பழக்கம் இருந்திருக்கிறது. சிங்க வேட்டையிலே ஒரு விருப்பம். வேட்டை என்றால் சிங்க வேட்டை. ஏன் என்றால் அதுதான் மன்னனுக்குப் பெருமை என்று கருதிய காலம் அது. மற்றவர்கள் வேட்டை யாடுவதற்கும் மன்னன் வேட்டையாடுவதற்கும் வேறுபாடு இருக்க வேண்டாமா?

எனவே மன்னர்கள் வேட்டையாடுகிறபோது காட்டில் எது ராஜாவோ அதை வேட்டையாடி வந்தால்தான் நாட்டில் இருக்கிற ராஜாவுக்குப் பெருமிதம் என்று கருதி ஷாஜகான் சிங்கங்களை

ஏராளமாக வேட்டையாடி இருக்கிறான். ஷாஜகானுடைய சிங்க வேட்டை ஈடுபாட்டைத் தெரிந்துகொண்ட அவருடைய காவலர்கள், சிங்கங்களைத் தேடிப்பிடித்து அதை ஒரு முள்வேலிக்குள்ளே கொண்டு வந்து அடைக்க, பிறகு ஷாஜகான் யானையின் மீது ஏறிச் சென்று அந்தச் சிங்கங்களையெல்லாம் வேட்டையாடி இருக்கிறான் என்று அந்தச் செய்திகள் நமக்குக் கூறுகின்றன. சிங்கங்களை இப்படி வேட்டையாடியதன் காரணமாகவே அந்த இனம் அழிக்கப்பட்டிருக்கிறது. மொகலாயர் ஆட்சி முடிந்து பிரித்தானியர் ஆட்சி வந்ததற்குப் பிறகும், சிங்க வேட்டை தொடர்ந்திருக்கிறது. வெடிகுண்டும் துப்பாக்கியும் ஏராளமாக வரத் தொடங்கியதற்குப் பிறகு, அதிலே ஒரு பகுதி வேட்டையாடுவதற்காகவே ஒதுக்கப்பட்டிருக்கிறது.

வேட்டையாடுவது என்பது ஜமீன்தார்களுக்கும் பெரிய பெரிய செல்வந்தர்களுக்கும் பொழுது போக்கு. ஆங்கிலேய அதிகாரிகளுடைய ஓய்வு நேர விளையாட்டு. இப்படி விலங்குகளை வேட்டையாடி அந்த விலங்குகளுடைய எண்ணிக்கைகளை யெல்லாம் அவர்கள் குறைத்திருக்கிறார்கள்.

விதிவிலக்காக ஒரு சிலரும் இருந்திருக்கிறார்கள். சுனாகத் சமஸ்தானத்தினுடைய மன்னராக இருந்த நவாப் முகமது சிங்கங்களைக் காப்பாற்றுவதிலே கவனம் செலுத்தியிருக்கிறார். கடைசியாக சுனாகத் என்கிற இடத்தை விட்டு விட்டுக் கராச்சிக்குப் போகிறபோதுகூட, விமானத்திலே ஏறிய அவர் இனிச் சிங்கங்களை யார் காப்பாற்றுவார்கள் என்று கவலையோடு சொல்லியிருக்கிறார். அப்படி விதி விலக்காகவும் சிலர் இருந்திருக்கிறார்கள். ஆனால் வேட்டையாடுவது தங்களுடைய பெருமிதத்தைக் காட்டிக் கொள்வதற்காக என்று கருதிய காரணத்தினாலே, ஓர் அரிய இனத்தையே நாம் அழிந்து போவதற்கு அனுமதித்திருக்கிறோம் என்கிற குற்ற உணர்வு நமக்கு இருக்கிறது.

அந்தக் கட்டுரையை எழுதியிருக்கிற தியோடர் பாஸ்கரன் அவர்கள் மிகச்சரியாக ஒரு வரியை எழுதியிருக்கிறார். உலகிலே இருக்கிற எந்த விலங்கும், மற்ற விலங்குகளை வெறும் பசிக்காகவும் இரைக்காகவும் மட்டும்தான் கொன்று தின்னுமே தவிர, மனிதர்களைப் போலப் பொழுது போக்குக்காக, விருதுகள் பெறுவதற்காக, பொருள் ஈட்டுவதற்காக ஒருநாளும் மற்ற விலங்குகளைக் கொலை செய்வதில்லை என்று சொல்கிறார்.

ஒரு விதத்தில் பார்த்தால் நாட்டு ராஜாக்களைவிட காட்டு ராஜாக்களே நல்லவர்களாக இருக்கிறார்கள்.

ஏழை படும் பாடு

'நாம இன்னைக்கு நடவுக்குப் போக லைன்னா, இனிமே நமக்கு வேலையே இல்லாமப் போயிடுமோன்னு பயம்மா இருக்கு. நாம நாலு நாள் ஓடி வேலை பாத்துட்டோமுன்னா அடமானம் வச்சிருக் கிற ஒன்னோட மூக்குத்திய மீட்டுறலாம். வருசம் பூராவா நமக்கு வேலை கெடைக் கிது?'

மருத்துவமனையில் இருந்து கேட்கிற ஒரு தாயின் கதறல் அந்தச் சிறுகதையின் தொடக்கம். விருத்தாசலத்தைச் சேர்ந்த எழுத்தாளர் தமிழ்ச் செல்வி, சாமுண்டி என்கிற தலைப்பில் தொகுத்திருக்கிற சிறுகதைத் தொகுப்பில், 'எதார்த்தம்' என்றொரு கதை இருக்கிறது. அந்தக் கதையில் தங்கள் பிள்ளையை இழந்து விட்டு, விவசாயக் கூலிகளான தாயும், தந்தையும் அழுகிற அழுகை நம் நெஞ்சைச் சுடுகிறது.

காலையிலேயே அந்தப் பிள்ளைக்கு உடம் பெல்லாம் சுட்டது. அவர்கள் நடவு வேலைக்குப் புறப்பட்டுக் கொண்டிருந்தார்கள். அவள் கேட்டாள் 'இப்படிக் கொதிக்குதே பிள்ளைக்கு.' அவனும் தொட்டுப் பார்த்துவிட்டுப் பதறிப் போனான், பயந்துபோனான். என்ன செய்வது என்று இரண்டு பேருக்கும் புரியவில்லை. திருத்துறைப்பூண்டியிலே இருக்கிற ஒரு மருத்துவ மனைக்குத் தூக்கிக்கொண்டு போகலாம் என்று

நினைத்தார்கள். காசு இருந்தால் தனியார் மருத்துவமனையில் எந்த நேரம் வேண்டுமானாலும் காட்டலாம். ஆனால் இவர்கள் இந்த கிராமத்திலே இருந்து திருத்துறைப்பூண்டிக்குப் போக வேண்டும்.

'பத்து மணிக்குப் போயிட்டு நாம நடவுக்கு வந்துர முடியுமா' என்று கேட்டாள். 'எப்படி முடியும். அங்க ஆஸ்பத்திரியே 10 மணிக்கு மேலதான் தொறப்பாக. நாம அதுக்கப்புறம் புள்ளையக் காட்டிட்டு, இங்க கொண்டுவந்து விட்டுட்டு போறதுக்கு பன்னென்டு மணி ஆயிரும். அதுக்கப்புறம் யாரு நம்மள வேலைக்குச் சேப்பா?அப்ப இன்னைக்கு வேலைக்குப் போகலையா நீ' என்று கேட்டான். 'வேற என்ன வழியிருக்கு. இந்தப் புள்ளைக்கு இப்படி கொதிக்குதே, எப்படி விட்டுட்டுப் போறது' என்று அவள் கேட்டாள். அந்த கேள்வியில் நியாயம் இருப்பதை அவனும் உணர்ந்தான். ஆனாலும் இன்றைக்கு நடவு வேலைக்குப் போகவில்லை என்றால் மறுபடியும் நாளைக்குச் சேர்த்துக்கொள்வார்களா என்று தெரியாது.

மனைவி கண்ணம்மா இருக்கிற அணி சுறுசுறுப்பாக வேலைசெய்வார்கள் என்பதால் தொடர்ந்து வேலை கிடைக்கிறது. ஒரு நாளைக்குப்போகவில்லை என்றாலும், அந்த இடத்தைப் பிடித்துக்கொள்ள இன்னும் பத்துப்பேர் தயாராக இருக்கிறார்கள். அவளுக்கு அது கொஞ்சம் நெருடலாக இருந்தது. ஒரு நாள் கூலி போனால் கூடக் குற்றமில்லை. தொடர்ந்து வேலை கிடைக்காமல் போய்விடுமோ என்ற அச்சம் இருந்தது. எனவே அவன் மறுபடியும் மெதுவாய்ச் சொல்லிப் பார்த்தான். 'ம்ம்.. உண்மதான். ஆனா நாம இன்னைக்கு நடவுக்குப் போகலைன்னா, இனிமே நமக்கு வேலையே இல்லாமப் போயிடுமோன்னு பயம்மா இருக்கு. நாம நாலு நாள் ஓடி வேலை பாத்துட்டோமுன்னா அடமானம் வச்சிருக்கிற ஒன்னோட மூக்குத்திய மீட்டுறலாம். வருசம் பூராவா நமக்கு வேலை கெடைக்கிது? இந்த நேரத்துல நாம நடவுக்குப் போகலைன்னா வேற எப்ப போறது' என்று அவன் கேட்டான்.

'சரி அப்ப இந்த புள்ளைய என்ன பண்ணலாங்கற' என்று அவள் கேட்டபோது, 'இதோ நம்ம முக்குக் கடையில ஒரு காய்ச்ச மாத்திர இருக்கு, அதையும் டீத்தண்ணியும் வாங்கிக் குடுத்துட்டா

காய்ச்சல் குறைஞ்சி போயிரும். நாம சாயங்காலமா வந்து ஆஸ்பத்திரிக்குத் தூக்கிட்டுப் போயிறலாம்' என்று சொன்னான். அவளுக்கும் அது சரி என்பது மாதிரிப் பட்டது. ஒரு பக்கத்திலே காய்ச்சல் கொளுத்துகிற குழந்தையை விட்டுப்போக மனமில்லை. இன்னொரு பக்கத்திலே நடவு வேலை போய்விட்டால், நாளைக்குச் சாப்பாட்டுக்கு என்னசெய்வது என்றும் புரிய வில்லை. ஒரு ஆள் சம்பாதித்து இந்தக் குடும்பத்தைத் தள்ள முடியாது. அப்படி ஒன்றும் பெரிய வருமானம் இல்லை. இரண்டு பேரும் கூலிகள்.

ஆகையினாலே 'சரி ஓடிப்போய் அந்த முக்குக் கடையிலே மாத்திரய வாங்கிட்டுவா' என்று சொன்னாள். வாங்கிக் கொண்டு வந்ததும், அதை டீத்தண்ணியிலே கலந்து கொடுத்தார்கள். பிள்ளையும் குடித்தது. எப்படியும் ஒருமணி நேரத்தில காய்ச்சல் குறைஞ்சிரும், நாம சாயந்திரம் ஓடிவந்திரலாம் என்று இரண்டு பேரும் வேலைக்குப் போனார்கள். வேலைக்குப்போன இடத்திலே கடுமையான வேலை. அன்றைக்கு வழக்கமாக முடிகிற நேரத்திற்கு வேலை முடிந்துவிட்டாலும், கூலி கொடுப்பதற்குக் கொஞ்சம் நேரமாயிற்று. எனவே வரிசையிலே காத்திருந்து கூலியை வாங்கிக் கொண்டு வருவதற்குள்ளே மணி 6 ஆகிவிட்டது. இவள் வீடுவந்து சேர்வதற்கும், அவன் வருவதற்கும் சரியாக இருந்தது.

அவர்கள் இரண்டு பேருக்கும் காலையில் இருந்த ஒரு திட்டம், பிள்ளைக்கு அந்த மாத்திரையோடு நிறுத்தி விடவேண்டாம், வருகிறபோது சின்னசின்ன நண்டுகளைப் பிடித்துக்கொண்டுவந்து, அதை நச்சிப்போட்டு ரசம் வச்சிக் குடுத்தா காய்ச்சல் கொறைஞ்சிரும் என்பது. அது அவர்களி னுடைய கை வைத்தியம். எனவே கண்ணம்மாள் வருகிறபோதே, வரப்புகளிலே இருந்த சின்ன சின்ன நண்டுகளைப் பிடித்துத் தன் முந்தானையிலே கட்டிக்கொண்டாள். அந்த நண்டுகள் குறுகுறு வென்று வயிறெல்லாம் ஓட, அதன் கால்களைப் பிய்த்துப் போட்டுவிட்டு மறுபடியும் முந்தானையிலே முடிந்துகொண்டு வந்து சேர்ந்தாள். மாரியப்பனும் நண்டுகளைக் கொண்டுவர வேண்டும் என்று நினைத்தான். அதைக் கண்ணம்மாள் கொண்டுவந்ததிலே மகிழ்ச்சி அடைந்தான். இன்றைக்கு இரவு நண்டு ரசம் வைத்துச்சாப்பிட்டால் காய்ச்சல் குறைந்துவிடும்.

உள்ளே போய்ப் பிள்ளையைத் தொட்டுப் பார்த்தால், காய்ச்சல் காலையில் இருந்ததைவிடக் கடுமையாய் இருக்கிறது. பிள்ளைக்குக் கைகால் எல்லாம் இழுக்கிறது. இரண்டு பேரும் அலறி அடித்தபடி, நண்டையெல்லாம் அப்படியே போட்டு விட்டுப் பிள்ளையைத் தூக்கித் தோளில் போட்டுக் கொண்டு திருத்துறைப்பூண்டி அரசு மருத்துவமனைக்கு ஓடுகிறார்கள்.

இவர்கள் போய்ச்சேர்வதற்குள் அங்கே பணியில் இருந்த மருத்துவர் வீட்டிற்குப் போய்விட்டார். அங்கே இருந்த செவிலியர்கள் சொன்னார்கள், ஒரு பத்துநிமிடம் காத்திருங்கள் அடுத்த மருத்துவர் வந்துவிடுவார் என்று. பிள்ளைக்கோ காய்ச்சல் கொதிக்கிறது. அதுமட்டுமல்லாமல், கைகால் எல்லாம் இழுக்கிறது. அதைப்பார்த்துவிட்டு செவிலியர்கள் முதல் உதவி சிகிச்சைகளைச் செய்து கொண்டிருந்தார்கள். ஆனாலும் காய்ச்சல் குறைந்தபாடில்லை. மருத்துவர் வந்தார். மாத்திரை கொடுத்தார். அந்தப் பிள்ளை கொஞ்சம் மயக்கத்திலே இருந்தது. இனி சரியாய்ப் போய்விடும். நல்லவேளை கொஞ்சம் தாமதமாகி இருந்தாலும், குழந்தையை இழந்திருப்போம் என்கிற எண்ணத்தோடு இரண்டு பேரும் குழந்தைக்குப் பக்கத்திலே உட்கார்ந்திருந்தார்கள். ஆனால் பகலெல்லாம் வேலை பார்த்துக் களைத்துப்போன அவர்களால் தொடர்ந்து விழித்திருக்க

முடியவில்லை. கட்டிலுக்குப் பக்கத்திலேயே கண்ணம்மாள் படுத்து உறங்கிப்போனாள். அந்த மருத்துவமனையின் வராண்டாவில் துண்டை விரித்து மாரியப்பனும் படுத்துக் கொண்டான். எப்படியும் பிள்ளைக்குக் காலையிலே சரியாகிவிடும் கொண்டுபோய் வீட்டில் விட்டுவிட்டு அடுத்த நாள் காலையிலே நடவுக்குப் போய்விடலாம் என்பது அவர்களின் திட்டம்.

திடீரென்று கண்ணம்மாளின் அலறல் சத்தம் கேட்டு மாரியப்பன் ஓடிச்சென்று பார்க்கிறான், நர்சுகள் எல்லோரும் பக்கத்திலே இருக்கிறார்கள். அந்தக் குழந்தை இறந்து போய்விட்டது. அவர்களால் காப்பாற்ற முடியவில்லை. கொடுத்த மாத்திரை வேலை செய்ய முடியாத அளவுக்கு நோய் கடுமையாகப் பாதித்து, அந்தக் குழந்தை இறந்துபோய்விட்டது. ஓ..வென்று கண்ணம்மாள் அலறுகிறாள். அருகில் இருக்கிற செவிலியர்களும் மற்றவர்களும் சமாதானம் செய்தும்கூட ஒருமணிநேரமாக அவர்களின் கதறல் நிற்கவில்லை. மிகவும் ஆதரவாக, சமாதானமாக, பாசமாகப் பேசிய செவிலியர்கள்கூட, அரை மணிநேரம் முக்கால் மணிநேரத்திற்குப்பிறகு கொஞ்சம் கடுமையாகப் பேசுகிறார்கள். என்ன இருந்தாலும் இது மருத்துவமனை இப்படியெல்லாம் சத்தம் போடக்கூடாது என்று எவ்வளவு சொன்னாலும் கண்ணம்மாவால் அழுகையை நிறுத்த முடியவில்லை.

ஒரு மணி நேரத்திற்குப் பிறகு அவர்களும் பொறுமை இழந்து, கண்ணம்மாவைக் கையைப்பிடித்து இழுத்துவந்து மரத்தடியிலே விட்டுவிட்டுப் போய்விடுகிறார்கள். மருத்துவ மனைக்கு எதிரிலே இருக்கிற மரத்தடியில் அப்படியே விழுந்து கிடக்கிறாள். மீண்டும் அங்கேயிருந்தும் கதறுகிறாள். வேறு வழியில்லாமல் மாரியப்பன் குழந்தைக்குப் பக்கத்திலே இருந்து பார்த்துக் கொள்கிறான்.

முதல் நாள் இரவு தன் அம்மாவுக்குச் சொல்லியனுப்பினான் 'கையிலே காசு இல்லை, நீ ஏதாவது காசு எடுத்துக்கிட்டு ஆஸ்பத்திரிக்கு வா. பிள்ளைய ஆஸ்பத்திரியில சேத்திருக்கிறோம்' என்று. அடுத்த நாள் காலையில் 5 மணி பேருந்தில் அவனுடைய தாய் வந்துசேர்ந்தாள். எப்போது எழுந்தாள், எப்போது

இதையெல்லாம் செய்தாள் என்று தெரியாது, வரும்போது சோறும், புளிக்குழம்பும் எடுத்துக்கொண்டு வந்தாள். மகனைப் பார்த்து, மகன் அலறுவதைப் பார்த்து அவளுக்குப் புரிய வில்லை, 'எம்மா எம்புள்ள என்னய விட்டுப் போயிட்டாம்மா' என்று அழுதான். மகனையும் மருமகளையும் அரவணைத்து ஆறுதல் சொல்லி அவளும் அழுதாள்.

மருத்துவமனையிலே பிள்ளையைத் துணியிலே சுற்றிக் கையிலே கொடுத்து விட்டார்கள். 'இனிமேலும் இங்கே வைத்துக் கொள்ளக் கூடாது. நீங்கள் எப்படியாவது எடுத்துக் கொண்டு போங்கள்.' பிள்ளையைத் தோளிலே சாய்த்துக் கொண்டு பேருந்து நிறுத்தம் வரைக்கும் மூவரும்அழுது கொண்டே நடந்து வந்தார்கள். ஏதாவது வாடகைக்கார் கிடைக்குமா என்றால் 250 ரூபாய், ஆட்டோ 150 ரூபாய் கேட்டார்கள். 'அம்மா நீ எவ்வளவு பணம் வச்சிருக்கே' என்று கேட்டபோது, அந்த அம்மா எண்ணிப்பார்த்து எண்ணிப்பார்த்து '15 ரூபாய் இருக்கிறது' என்று சொன்னாள். 15 ரூபாய்க்கு எந்த வண்டியிலும் போகமுடியாது. வேறு வழியில்லை, அவன் மனைவியையும் அம்மாவையும் பார்த்து , 'நாம ஏழப்பட்டவங்க. நமக்கு வேற வழியில்ல. நீங்க இரண்டு பேரும் கட்டாயப்பட்டு அழுகைய நிறுத்திட்டா இந்தப் பிள்ளைய தோளுல சாய்ச்சிக் கிட்டு பஸ்சிலயே போயிரலாம்' என்று சொன்னான்.

அழுகையை அவ்வளவு எளிதில் அடக்க முடியவில்லை. ஆனாலும் காய்ச்சலில் கிடக்கிற குழந்தையைத் தூக்கிக்கொண்டு போவதுபோல, அந்தக் குழந்தையை அரவணைத்துத் தூக்கிக் கொண்டு பேருந்தில் ஏறி உட்கார்ந்தான். இதில் என்ன கொடுமை என்றால், திருத்துறைப்பூண்டியிலிருந்து கிராமத்திற்குப் போவதற்கு மூன்று டிக்கெட்டுகள் இல்லை, மூன்றரை டிக்கெட்டுகள் எடுத்தான். இதைப்பார்த்து மறுபடியும் கண்ணம்மாள் அழுதாள். அவனுடைய தாய் அவளை அடக்கினாள். ஏறத்தாழ கிராமத்தை நெருங்குகிற போது, அதற்குமேலும் தாங்க முடியாமல், 'ராசா போயிட்டியேடா ...' என்று அந்தப் பெண் அழுதபோதுதான் நடத்துனருக்குப் புரிந்தது. தன்னை ஏமாற்றி இருக்கிறார்கள் என்பது புரிந்தாலும், அவர் கோபப்படாமல் போனால் போகட்டும் என்று கிராமத்திலேயே இறக்கிவிட்டார்.

கீழே இறங்கி அந்தத் தேநீர்க்கடையிலே ஆளுக்கு ஒரு தேநீரைக் குடித்துவிட்டு, அந்தக் குழந்தையைக் கொண்டுபோய் அடுத்தநாள் அடக்கம் செய்து, மூன்று நாள்களுக்குப்பிறகும் எழாமல் கண்ணம்மா தொடர்ந்து அழுதுகொண்டே இருந்தாள். உண்ணவில்லை. சரியாக உறங்கவில்லை. அப்போது மாரியப் பனின் தாய் கண்ணம்மாவைத் தட்டி எழுப்பி, 'என்ன செய்றது. எவ்வளவு நாள் அழ முடியும். அழுதாலும் என்ன செய்ய முடியும். மறுபடியுமா அந்தக் குழந்த வரப்போகுது. கண்ணத் தொடச்சிக்க. பொம்பளைங்க எல்லோரும் நடவுக்குப் போறாங்க பாரு. அவுங்களோட சேர்ந்து போ. போகலைன்னா நாளைக்குச் சாப்பாட்டுக்கு என்ன பண்றது. வேற வழியென்ன இருக்கு நமக்கு. அழுது அழுது காசு வருமா' என்று சொல்லிச் சமாதானப்படுத்தினாள்.

முதலில் கண்ணம்மாளுக்குக் கோபம் வந்தது. பிள்ளை இறந்துபோயிருக்கிற துன்பம்கூடத் தெரியாமல் நடவு வேலைக்குப் போகச்சொல்லுகிறாளே என்று நினைத்தாள். ஆனால் அதையும் மீறி, அதைத்தவிர வேறு வழியில்லை என்கிற எதார்த்தம் கண்ணம்மாளுக்குப் புரிந்தது. கண்ணீரைத் துடைத்துக்கொண்டு தலையை வாரி முடிந்துகொண்டு எழுந்தாள். நடைப்பிணமாக நடவுக்குப்போகும் பெண்களோடு சேர்ந்து நடந்தாள் என்று அந்தக் கதை முடிகிறது.

ஏழைகள் தங்கள் பிள்ளையின் சாவினால் ஏற்பட்ட துன்பத்தைக்கூட வெளிப்படுத்திக்கொள்ள முடியாமல்தான் இந்த பூமியில் வாழ்கிறார்கள் என்னும் கொடுமையை அந்தச் சிறுகதை நம் நெஞ்சில் தைப்பதைப்போலச் சொல்லுகிறது.

அம்பேத்கரின் ஏழு நூல்கள்

வேலையாள் அவருக்கான தேநீரைக் கொண்டுவந்து வைத்திருக்கிறார். அடுத்த நாள் காலையில் புத்தகங்கள் புரட்டப் படாமலும், தேநீர் குடிக்கப்படாமலும் அப்படியே மேசையில் இருந்திருக்கின்றன. உறக்கத்திலேயே அம்பேத்கரின் உயிர் போயிருக்கிறது.

சென்ற ஆண்டுவரை சித்திரை ஒன்றுதான் தமிழ்ப்புத்தாண்டு என்று தவறாகக் கருதப் பட்டது. அந்தப்பிழை நீக்கப்பட்டு தை ஒன்று தான் தமிழ்ப்புத்தாண்டு என்று தமிழக அரசு அறிவித்துவிட்ட பிறகும், சித்திரை ஒன்றுக்கு ஒரு சிறப்பு மிச்சப்படுகிறது. சித்திரை ஒன்று பெரும்பாலும் ஏப்ரல் 14 என்கிற ஆங்கிலத் தேதியோடு சேர்ந்து வருகிற காரணத்தால், அந்த நாளுக்கு ஒரு சிறப்பு இருக்கிறது. ஏப்ரல் 14 என்பது அறிவில் மிகச் சிறந்த ஆசானாக விளங்கிய அண்ணல் அம்பேத்கரினுடைய பிறந்த நாள்.

1891 இல் பிறந்த அம்பேத்கரைப்போன்ற ஒரு அறிவாளியை, படிப்பாளியை உலகம் எப்போ தாவதுதான் காண்கிறது. அவர் வாழ்நாளில் பேசிய பேச்சுகள், எழுதிய கட்டுரைகள் எல்லாம் தொகுக்கப்பட்டு மராத்திய அரசினாலே வெளி யிடப்பட்டிருக்கின்றன. அவை தமிழிலேயும்

மொழி பெயர்க்கப்பட்டுக் கனமான 37 தொகுதிகளாக வெளிவந்து இருக்கின்றன. 37 தொகுதிகளிலும் அவருடைய நூல்கள் (அதாவது அவர் எழுதிய நூல்கள்) என்று குறிப்பிடப் படுபவை மிகக் குறைவுதான். அவருடைய பேச்சுகளும், கட்டுரைகளும்தான் தொகுக்கப்பட்டு இத்தனை பெரிய தொகுதிகளாக வெளிவந்திருக்கின்றன. அப்படியானால் அம்பேத்கர் நூல்கள் எழுதவே இல்லையா, அல்லது எழுத நினைத்து எழுதவில்லையா, எழுதி முடித்த நூல்கள் எத்தனை என்பன போன்ற வினாக்கள் நம்மைப் போன்றவர்களிடத்தில் உள்ளன.

திராவிட இயக்க ஆய்வாளரான க. திருநாவுக்கரசு அவர்கள் 'அம்பேத்கர் எழுதிய நூல்கள்' என்று ஒரு கட்டுரையை, திராவிட இயக்கத் தமிழர் பேரவை வெளியிட்டுள்ள, அண்ணல் அம்பேத்கர் - புரட்சிக்கவிஞர் பாரதிதாசன் பிறந்தநாள் மலரில் எழுதியிருக்கிறார். அந்தக் கட்டுரை மிக அருமையான செய்திகளை நமக்குக் கொண்டு வந்திருக்கிறது. நல்லதொரு ஆய்வுக்குப்பின்னர் அவர் எழுதியிருக்கிற கட்டுரையில் நம்முடைய வினாக்களுக்கான விடைகளை தெளிவாகத் தந்திருக்கிறார்.

அம்பேத்கர் தன் வாழ்நாளில் மொத்தம் ஏழு நூல்களை எழுத வேண்டும் என்று கருதினார். அதை அவருடைய குறிப்பு களிலேயே அவர் குறித்திருக்கிறார். இப்போதும் அவர் எழுதாமல் விட்டுச்சென்ற நூல்கள், அவற்றிற்காக அவர் எழுதி வைத்த குறிப்புகள் அத்தனையும் அப்படியே இருக்கின்றன. சில முயற்சிகள் பாதியிலேயே நின்று போய் இருக்கின்றன. எனினும் அவருடைய குறிப்புகளிலிருந்து பார்க்கும்போது, ஏழு நூல்களை அவர் எழுத வேண்டும் என்று விரும்பியிருக்கிறார், நான்கு நூல்களைத்தான் எழுதி முடித்திருக்கிறார், அந்த நூல்களும்கூட அவருக்குப் பின்புதான் நூல்வடிவத்தைப் பெற்றிருக்கின்றன என்கிற செய்திகளை நாம் அறிகிறோம். அவர் காலத்திலேயே அவை நூல்வடிவத்தைப் பெற முடியவில்லை. அவர் எதிர்பாராமல் 1956 ஆம் ஆண்டு இறந்து போய்விட்ட காரணத் தினால், அதற்குப்பிறகுதான் அவருடைய எழுத்துகள் எல்லாம் நூல் வடிவத்தைப் பெற்றன.

அம்பேத்கர் எழுத நினைத்த நூல்கள் என்று 7 நூல்களின் பெயர்ப் பட்டியலைத் திருநாவுக்கரசு தருகிறார். ஒன்று புத்தரும் அவரது தம்மமும், இரண்டாவது புத்தரும் காரல்மார்க்சும், மூன்றாவது பண்டைய இந்தியாவில் புரட்சியும், எதிர்ப்புரட்சியும், நான்காவது இந்து மதத்தின் புரட்டுகள். இந்த நான்கு நூல்கள் பின்னால் வெளிவந்துவிட்டன. அவர் எழுத நினைத்து எழுதாமலே போய்விட்ட நூல்கள் மூன்று இருக்கின்றன. அதையும் அம்பேத்கர் குறித்து வைத்திருக்கிறார். இராமர் - கிருஷ்ணர் புரட்டுகள் என்பது ஐந்தாவது நூல். திரிமூர்த்திகளின் புரட்டுகள் என்பது ஆறாவது நூல். மகளிரின் எதிர்ப்புரட்சிகள் என்பது ஏழாவது நூல். இப்படி ஏழு நூல்களை அவர் முன்மொழிந்திருக்கிறார்.

இவற்றுள் நான்கும்கூட அவர் காலத்திலேயே வராமல் போனதற்கான காரணங்கள் உள்ளன. இன்றைக்கு இருப்பதைப் போல, இன்று எழுதினால் நாளைக்கே அது அச்சாகிவிடும் என்ற நிலை எல்லாம் அவர் காலத்திலே இல்லை. அதற்குச் சில மாதங்கள், சில ஆண்டுகள்கூட ஆகியிருக்கின்றன என்பதை நாம் அறிவோம். 1951 ஆவது ஆண்டுதான் அவர் தன் முதல் நூலை எழுதத் தொடங்குகிறார். அதுதான் அவருடைய கனவு நூல் என்று சொல்லவேண்டும். புத்தரும் அவரது தம்மமும் என்பது அந்நூலின் பெயர். புத்தரும் அவருடைய கொள்கைகளும் என்பதைத்தான் அவர் விரித்துப் புத்தகமாக எழுதுகிறார்.

புத்தகம் எழுதி முடிப்பதற்கே அவருக்கு ஐந்து ஆண்டுகள் ஆகின்றன. 1951 இல் தொடங்கி 56 இல்தான் அவர் அந்த நூலை முடிக்கிறார். 56 இல் அவர் இறந்தும் போகிறார் என்பதை நாம் அறிவோம். எனவே ஐந்து ஆண்டுகள் அந்தப் புத்தகத்தை உருவாக்குவதிலே அவருடைய முயற்சிகள் அனைத்தும் செலவிடப்படுகின்றன. பிறகு டாட்டாவுக்கு ஒரு கடிதம் எழுதுகிறார். 'நீங்கள்தான் இந்தப் புத்தகத்தை வெளிக்கொண்டு வருதற்கு உதவ வேண்டும்.' அந்தக் கடிதம் எந்த வரிகளோடு முடிகிறது என்பதைப் பார்த்தால், இப்போதும் நம்முடைய நெஞ்சம் நெகிழ்கிறது, அத்தனை பெரிய அறிவாளி, கையிலே பணம் இல்லாத காரணத்தினாலே இன்னொருவரிடத்திலே பணம் கேட்க வேண்டியிருந்தது. இறுதியாக முடிக்கிறபோது அம்பேத்கர்

சொல்லுகிறார், 'ஒருவேளை நீங்கள் பணம் தர மறுத்துவிட்டால், நான் என் பிச்சைப் பாத்திரத்தை எடுத்துக்கொண்டு அடுத்த வீட்டுக் கதவைத்தான் தட்ட வேண்டியிருக்கும்' என்று எழுதுகிறார்.

பிறகு அவரிடத்திலே இருந்து வந்த தொகை, அதிலே வெளிப்பட்ட அந்த நூல் என்பவை எல்லாம் பின்னாலே வருகிற செய்திகள். ஆனால் அம்பேத்கர் மிக அறிவார்ந்த செய்திகளை எல்லாம், புத்தரினுடைய கோட்பாடுகளை எல்லாம் எழுதி முடித்துவிட்டு, அதை நூலாக வெளிக்கொண்டு வருவதற்கு முடியாமல் தடுமாறி இருக்கிறார் என்பதை நாம் பார்க்கிறோம். பிறகு புத்தரும் காரல்மார்க்சும் என்கிற நூல். அடுத்து இந்து மதத்தின் புரட்டுகள் என்கிற நூல், அவருடைய புத்தகங்களிலே குறிப்பிடத்தக்க ஒரு நூலாக இருக்கிறது.

அந்த நூலிலும்கூட இரண்டு படங்களை வெளியிடுவதற்கு அவர் காத்திருந்தார் என்கிற குறிப்பையும் அம்பேத்கருடைய நாட்குறிப்பிலே இருந்து திருநாவுக்கரசு எடுத்துக் கொடுக்கிறார். அந்த இரண்டு படங்களிலே ஒன்று, குடியரசுத் தலைவராய் இருந்த ராஜேந்திர பிரசாத் தொடர்பானது. இன்னொன்று

அன்றைக்குத் தலைமை அமைச்சராக இருந்த நேரு தொடர்பானது.

ராஜேந்திரபிரசாத் தொடர்பான புகைப்படம் எதுவென்றால், அவர் காசிக்குச் சென்றிருந்தபோது, அங்கிருந்த இந்துச் சாமியார்களின் கால்களைக் கழுவி, அந்தத் தண்ணீரைக் குடிக்கிற படம். இன்னொன்று, நேரு *1947* ஆகஸ்ட்டு 15 இல் இந்த நாட்டின் தலைமை அமைச்சராகப் பொறுப்பேற்கும் முன்பு, அதற்கான யாகங்களை எல்லாம் புரோகிதர்கள் செய்கிறபோது, நேரு அமர்ந்திருக்கிற ஒரு படம். நேரு காலம் முழுவதும் தான் ஒரு கடவுள் மறுப்பாளனோ, நம்பிக்கையாளனோ அல்ல, தான் ஒரு agnostic என்று சொல்லிக் கொண்டவர். அவருடைய வாழ்க்கையிலும் இப்படி நடந்திருக்கிறது என்பதைக் காட்டுவதற்காகவும், ஒரு நாட்டினுடைய குடியரசுத் தலைவராக, அதுவும் ஒரு மதச்சார்பற்ற நாட்டினுடைய குடியரசுத் தலைவராக இருந்த ராஜேந்திரப்பிரசாத் இந்து மதச் சாமியார்களிடம் எப்படிப் பணிந்து நடந்து கொண்டார் என்பதைக் காட்டுவதற்காகவும் அந்த இரண்டு படங்களையும் புத்தகத்திலே இடம்பெறச் செய்ய வேண்டும் என்று விரும்பி அவர் காத்திருந்திருக்கிறார்.

முதல் படம் கிடைத்திருக்கிறது. நேரு தொடர்பான படம் கிடைக்கவில்லை என்கிற செய்திகளை எல்லாம் அந்தக் கட்டுரையிலே மிக அருமையாகத் தந்திருக்கிறார். பிறகு கடைசியாக, பண்டைய இந்தியாவில் புரட்சியும் எதிர்ப்புரட்சியும் என்கிற நூல் - இன்றைக்கும் நாம் அத்தனை பேரும் படித்துத் தெரிந்து கொள்ள வேண்டிய மிக ஆழமான செய்திகளைக் கொண்ட நூல். நாம் இதிகாசங்கள் என்று போற்றுகின்ற இராமாயணம், மகாபாரதம் பற்றி நுண்மான் நுழைபுலத்தோடு அம்பேத்கர் அவர்கள் எழுதிய விமர்சனங்களைக் கொண்ட நூல் வெளிவந்துள்ளது.

அந்த நூலைப் படித்ததற்குப் பிறகு, இராமாயணம், மகாபாரத்தைப் பற்றிய பல்வேறு கேள்விகள் நம்மிடத்திலே இருந்து வெளிப்படும். மிகப் பெரிய அறிவாளிகளுக்கே உரிய நூலாக அதனை அவர் ஆக்கியிருக்கிறார். இப்படி நான்கு நூல்களையும் ஆக்கிய அம்பேத்கர் மற்ற மூன்று நூல்களையும் முடிக்க முடியவில்லை. *1956* டிசம்பர் 6 ஆம் தேதி அவர்

இறந்துபோவதற்கு முதல் நாள், அவர் வாழ்க்கையிலே நடந்த நிகழ்ச்சிகளை எல்லாம், அப்படியே அந்தக் கட்டுரை பதிவு செய்து தந்திருக்கிறது.

இறுதியாகச் சமண மதத்தைச் சார்ந்த ஒரு குழுவினர்தான் அவரைச் சந்தித்திருக்கிறார்கள். அவருடைய மருத்துவர் மௌலங்கர், முந்தைய இரவிலேதான் விடைபெற்றுப் போயிருக்கிறார். அவருடைய மனைவி சவீதா அம்பேத்கர், அவருடைய வேலைக்காரர், அவரிடத்திலே உதவியாளராக இருந்த ராட் ஆகியோரெல்லாம் முதல் நாள் இரவிலே நெருக்கமாக, அம்பேத்கரோடு பேசிக்கொண்டிருந்திருக்கிறார்கள்.

இரவு உணவைக்கூடச் சரியாக உண்ணாமல், புத்தகங்களை எல்லாம் எடுத்து மேசை மேலே வைக்கச் சொல்லி ராட்டிடத்திலே சொல்லியிருக்கிறார். உதவியாளர் எல்லாப் புத்தகங்களையும் எடுத்து வைத்திருக்கிறார். அவருடைய வேலையாள் அவருக்கான தேநீரைக் கொண்டுவந்து வைத்திருக்கிறார். அடுத்த நாள் காலையில் அந்தப் புத்தகங்கள் புரட்டப்படாமலும், தேநீர் குடிக்கப்படாமலும் அப்படியே மேசையில் இருந்திருக்கின்றன. உறக்கத்திலேயே அம்பேத்கரின் உயிர் போய்விட்டது என்கிற செய்தியை நாம் படிக்கிறோம்.

அது தனி மனிதனுடைய மரணமன்று. மிகப்பெரிய அறிவாளியினுடைய மரணம். நாட்டிற்கான பேரிழப்பு.

தகவல் அறியும் உரிமை

1997 ஆவது ஆண்டு ஏப்ரல் மாதம் 17 ஆம் நாள், கலைஞர் அவர்கள் முதலமைச்சராக இருக்கிறபோது, தமிழக அரசின் சார்பில், தகவல் அறியும் உரிமையை ஏற்றுக் கொள்வது என்கிற சட்ட முன்வடிவு கொண்டுவரப் பட்டது. அதுதான் இந்தியாவிலேயே முதல் சட்ட முன்வடிவு.

எழுத்துரிமை, கருத்துரிமை, பேச்சுரிமை இவைகளைப் போல, தகவல் அறியும் உரிமையும் குடிமக்களினுடைய அடிப்படை உரிமைகளில் ஒன்று என்று கூறுகிறது தென்ஆப்பிரிக்கா நாட்டினுடைய அரசமைப்புச் சட்டம். இந்தியச் சட்டம் 2004 வரை அப்படி எதையும் குறிப்பிட வில்லை. ஆனால் இதுபற்றிய விவாதங்கள் இந்தியாவிலே நடைபெற்றுக் கொண்டே இருந்தன.

பென்னட் கேலமன் என்கிறவருக்கும் இந்திய அரசுக்கும் இடையிலே நடந்தது முதல் வழக்கு. ராஜ் நாராயணனுக்கும், உத்திரப்பிரதேச அரசுக் கும் நடந்த வழக்கு இரண்டாவது வழக்கு. இந்த இரண்டு வழக்குகளினுடைய அடிப்படை என்ன வென்றால், எங்களுக்குச் சில செய்திகள் தெரியவேண்டும் என்று அவர்கள் கோரினார்கள். மாவட்டக் காவல்துறையிடமிருந்து முன்னாள் அமைச்சராக இருந்த ராஜ் நாராயணன் சில தகவல்

களைக் கோரினார். காவல் துறை தர மறுத்தது. இதை ஒரு குடிமகனுக்குக் கொடுக்க வேண்டிய தேவையில்லை என்று அது கூறியது. அப்போது ராஜ்நாராயணன் வழக்குத் தொடர்ந்தார். அந்த வழக்கிலேதான் நீதிபதிகள் முதன்முதலாகக் குறிப் பிட்டார்கள், 'இது போன்ற தகவல்களைக் குடிமக்களுக்கு அளிப்பதிலே எந்தப் பிழையும் இல்லை. அதை அவர்களுக்கு அளிக்கலாம். அளித்தாக வேண்டும் என்று இல்லை, அளிக்கலாம்' என்று அன்றைக்கு நீதிமன்றம் கூறியது. பிறகு பல்வேறு வழக்குகள் தொடர்ந்து நடைபெற்றன.

சோலி சொராப்ஜி தன்னுடைய அனுபவம் ஒன்றைக் கூறுகிறார். அவர் வழக்கறிஞராக ஈடுபட்ட ஒரு வழக்கிலேதான் நீதிமன்றம் சொல்லிற்று,'எப்படிப் பேச்சுரிமை என்பது அடிப்படை உரிமையோ, அந்தப் பேச்சுரிமைக்கும், கருத்துகளை வெளியிடுகிற உரிமைக்கும் தகவல்களை அறிந்து கொள்ளும் உரிமை அடிப்படையாக இருக்கிறது. எனவே அதை மறுக்க வேண்டியதில்லை' என்று குறிப்பிட்டது. The cross words என்று மும்பையிலிருந்து வெளிவந்துகொண்டிருந்த ஒரு பத்திரிகையின் ஆசிரியர் தொடுத்த வழக்கிலே அப்படிச் சொல்லப்பட்டது. ஒரு பத்திரிகையாளர் எல்லாவற்றையும் தெரிந்து கொள்கிற உரிமை உடையவர். அப்போதுதான் மக்களுக்குச் சரியான தகவல்களை அவராலே கொடுக்க முடியும் என்று அந்த நீதிமன்ற தீர்ப்புத் உரைத்தது. அப்போதும் அந்த உரிமை பத்திரிகையாளர்களுக்கான உரிமை என்கிற அளவிலேதான் இருந்தது.

ஆனால் உலக அளவில் பல நாடுகள் இந்த தகவல் அறியும் உரிமையை ஏற்றுக் கொண்டிருக்கின்றன. இதைப் பற்றி யெல்லாம் மிக விரிவாகப் பெரியார் பல்கலைக்கழகத்திலே பேராசிரியராக இருக்கிற இரா. சுப்பிரமணி 'தகவல் அறியும் உரிமை' என்கிற பெயரில் ஒரு புத்தகமாகவே எழுதியிருக்கிறார். அந்தப் புத்தகத்தினுடைய இறுதிப்பகுதியில் இந்திய அரசு இப்போது ஏற்றுக்கொண்டிருக்கிற சட்டத்தையும் அப்படியே இணைத்திருக்கிறார்.

முதன் முதலாகத் தகவல் அறியும் உரிமையை ஏற்றுக் கொண்ட நாடு சுவீடன் என்ற தகவலை அவர் தருகிறார். அது 1810 ஆவது ஆண்டு. 200 ஆண்டுகளுக்கு முன்பே அது ஏற்றுக் கொள்ளப்பட்டிருகிறது என்பது ஒரு வியப்பான செய்தியாக

இருக்கிறது. பிறகு 20 ஆம் நூற்றாண்டில் பல நாடுகள் அதனைப் பின்தொடர்ந்தன. அமெரிக்கா போன்ற நாடுகள் கூட 1966 இல்தான் அதைச் சட்டமாக ஏற்கின்றன. இன்றைக்கு உலக நாடுகளிலே 70 க்கும் மேற்பட்ட நாடுகள் இந்த தகவல் அறியும் உரிமையை ஏற்றுக் கொண்டிருக்கின்றன.

ராஜ் நாராயணன்

இந்தியா எப்போது ஏற்றுக்கொண்டது? இந்தியா ஏற்றுக் கொள்வதற்கு முன்பு மாநிலங்கள் முதலில் இதை ஏற்றுக் கொண்டிருக்கின்றன. கோவா, மத்தியப் பிரதேசம் போன்ற மாநிலங்களில் எல்லாம் இந்தத் தகவல் அறியும் உரிமை ஏற்றுக் கொள்ளப்பட்டிருக்கிறது. இந்தியாவில் எந்த மாநிலம் முதன்முதலில் இதை ஏற்றுக் கொண்டிருக்கிறது என்றால், அது தமிழ்நாடுதான் என்பது நமக்கிருக்கிற பெருமை. 1997 ஆவது ஆண்டு ஏப்ரல் மாதம் 17 ஆம் நாள், கலைஞர் அவர்கள் முதலமைச்சராக இருக்கிறபோது, தமிழக அரசின் சார்பில், தகவல் அறியும் உரிமையை ஏற்றுக் கொள்வது என்கிற சட்ட முன்வடிவு கொண்டுவரப்பட்டது. அதுதான் இந்தியாவிலேயே முதல் சட்ட முன்வடிவு. அதைத் தொடர்ந்து கோவாவிலே வந்தது. அடுத்தடுத்துப் பல மாநிலங்கள் ஏற்றுக்கொண்டன.

ஆனாலும் மத்திய அரசு அதை ஒரு சட்டமாக ஆக்காத வரையில் எல்லாத் தகவல்களும் எல்லாருக்கும் கிடைத்து விடாது. எனவே மத்திய அரசுக்கு ஒரு நெருக்கடி ஏற்பட்டு 2000 ஆவது ஆண்டு ஒரு சட்ட முன்வடிவு முன்மொழியப்பட்டது. ஆனால் அன்றைக்கு நாடாளுமன்றம் அதை ஏற்கவில்லை. மறுபடியும் மறுஆய்வுக்காக, நிலைக்குழு (Standing comittee) விற்குத் திருப்பி

அனுப்பிவிட்டார்கள். மறுபடியும் சில மாற்றங்களுக்கெல்லாம் உட்படுத்தப்பட்டு, 2004 ஆம் ஆண்டு டிசம்பர் மாதம் நாடாளு மன்றத்திலே ஏற்றுக் கொள்ளப்பட்டது.

ஆனாலும் 2005 ஆம் ஆண்டு அக்டோபர் மாதம்தான் அது நடைமுறைக்கு வருகிறது. அதுவும் 'ஜம்மு காஷ்மீர் மாநிலம் நீங்கலாக' என்கிற குறிப்போடு அது நடைமுறைக்கு வருகிறது. அது தகவல் அறியும் உரிமைச் சட்டம் 2005 என்று அழைக்கப் படுகிறது. 2005 அக்டோபரில் இருந்து தகவல்களை அறிந்து கொள்ளும் உரிமை இன்றைக்கு இந்தியாவிலே இருக்கிற எல்லாருக்கும் இருக்கிறது.

தகவல் என்றால் என்ன? அதற்கான விளக்கம் அந்தச் சட்டத்தின் முன்பகுதியிலேயே இருக்கிறது. பதிவுகள், ஆவணங்கள் எல்லாம் தகவல்கள்தான். அரசாங்கத்தினுடைய எல்லாப் பதிவுகளையும் நாம் பார்க்கலாம். ஆவணங்கள், சிறைக்குறிப்புகள், பயணக் குறிப்புகள் என்கிற எல்லாமே, இந்தத் தகவல்களிலே அடங்கும். அரசாங்கத்தினுடைய அறிக்கைகளும் அதில் அடங்கும். எந்த அறிக்கையை அரசு சமர்ப்பித்தாலும், அந்த அறிக்கை முழுமையாக வேண்டும் என்று நாம் கேட்டால், அதைக் கொடுக்க வேண்டிய கடமை அரசுக்கு இருக்கிறது. எனவே அந்தத் தகவல்களை நாம் அறிந்து கொள்ளலாம்.

அறிந்து கொள்வதற்கான வழிமுறை என்ன என்பதையும் அந்தச் சட்டம் மிகத் தெளிவாகச் சொல்கிறது. எழுத்து மூலமாக நாம் அதைக் கோரவேண்டும். எந்த மொழியில் எழுதலாம்? ஆங்கிலத்தில், இந்தியில் அல்லது வட்டார மொழியில் என்று இருக்கிறது. தமிழை, தெலுங்கை, மலையாளத்தை வட்டார மொழிகள் என்றுதான் இந்திய அரசமைப்புச் சட்டம் சொல்லும். அது ஆட்சி மொழியாக ஆகும் வரையில் அந்தச் சொல்லை நாம் பொறுத்துக்கொள்ளத்தான் வேண்டும். எனவே தமிழ்நாட்டைப் பொறுத்தவரையில், தமிழிலோ, ஆங்கிலத்திலோ அல்லது இந்தியிலோ நமக்கு என்ன தகவல் வேண்டும் என்பதை எழுத்து மூலம் கோரலாம்.

அப்படிக் கோருகிறபோது இரண்டு செய்திகள் முக்கிய மானவை. நாம் எதற்காக அந்தத் தகவலைக் கேட்கிறோம் என்கிற காரணத்தைச் சொல்லவேண்டியதில்லை. அதுதான் முதன்மை

யானது. இல்லையானால் இந்தத் தகவல் உனக்குத் தொடர்பில் லாதது என்று சொல்லித் தள்ளிவிடுவார்கள். ஆகவே காரணம் சொல்ல வேண்டிய தேவையில்லை என்பது ஒன்று. இரண்டாவது, உங்கள் முகவரியைத் தவிர, அதாவது எந்த முகவரிக்கு அது அனுப்பப்படவேண்டும் என்கிற தகவலைத் தவிர, உங்களைப் பற்றிய சொந்தப் புள்ளி விவரங்கள் எதையும் அதில் குறிப்பிட வேண்டிய தேவையில்லை.

தகவல்கள் எப்போது நமக்குக் கிடைக்கும்? அதற்கான காலக் கெடு என்னவென்றால், விண்ணப்பித்த நாளில் இருந்து முப்பது நாட்களுக்குள் அந்த தகவல்கள் நம்மை வந்தடையும். பொதுவான தகவல்களாக இருக்கிறபோது முப்பது நாட்கள். அதுவே நம்முடைய வாழ்வுரிமை தொடர்பான தகவலாக இருக்குமானால், 48 மணிநேரத்திற்குள் நம்மை அது வந்தடைய வேண்டும் என்பதும் அந்தச் சட்டத்திலே இருக்கிறது.

இன்றைக்கு அரசு கொண்டு வருகிற புதிய திட்டம் என்ன என்பதை உடனடியாகத் தெரிந்துகொள்ளலாம். குற்றவியல் சட்டத்தில் ஏற்பட்டிருக்கிற மாற்றத்தின்படி, எந்தெந்தக் கைதிகள் எந்தெந்தச் சிறைகளில் எத்தனை ஆண்டுகளாக இருக்கிறார்கள் என்கிற விவரத்தைத் தெரிந்து கொள்ளலாம். ஓர் அரசு அலுவலகத்தில் ஒருவர் தேர்ந்தெடுக்கப்பட்டால், அவர் எந்த அடிப்படையில் தேர்ந்தெடுக்கப்பட்டிருக்கிறார் என்கிற விவரத்தை நாம் தெரிந்து கொள்ளலாம்.

எனவே ஆங்கிலத்திலே டிரான்ஸ்பரன்ட் என்று சொல்லு வார்களே, அப்படிக் கண்ணாடி போல, அந்தப் பக்கத்திலே என்ன இருக்கிறது என்பதை ஒளிவு மறைவு இல்லாமல் இந்த நாட்டின் குடிமக்கள் அத்தனை பேரும் தெரிந்து கொள்கிற பெரிய வாய்ப்பும், உரிமையும் இந்தச் சட்டத்தின் மூலம் நமக்குக் கிடைத்திருக்கிறது. இப்போதுதான் அதனுடைய பயன்பாடும் மக்களுக்கு மெல்லமெல்லப் புரியத் தொடங்கியிருக்கிறது.

தகவல் அறியும் உரிமைச் சட்டம் என்பது ஒரு நாட்டினுடைய ஜனநாயகத்தை மேலும் மேலும் வலிமைப்படுத்த உதவியாக இருக்கிற சட்டம். அந்தச் சட்டத்தை முழுமையாக ஒவ்வொரு குடிமகனும் அறிந்கொள்ள வேண்டும். தேவைக்கேற்ப பயன்படுத்திக் கொள்ளவும் வேண்டும்.

வெற்றி என்பது...

நாம் மனத்தின் வயதைக் குறைத்துக் கொண்டும், அறிவின் வயதைக் கூட்டிக் கொண்டும் இருப்போமானால் உடலின் வயது பற்றி நாம் கவலைப்படத் தேவை யில்லை. எதிர்மறையாக நடந்து விடுவது தான் பெரிய ஆபத்து.

வெற்றி பெற வேண்டும் என்பது எல்லோருடைய விருப்பமாகவும் இருக்கிறது. படிப்பில், விளையாட்டுப் போட்டிகளில் இப்படி எல்லாவற்றிலும் வெற்றி பெற வேண்டும் என்றுதான் எல்லாரும் விரும்புகிறார்கள். சுருகமாகச் சொன்னால் வாழ்க்கையில் தொடர்ந்து வெற்றி பெற வேண்டும் என்று ஆசைப்படாதவர்கள் யாருமே கிடையாது. வெற்றி பெற முடியாத வர்கள் உண்டே தவிர, வெற்றி பெற விரும்பாத வர்கள் என்று யாரையும் குறிப்பிட்டுச் சொல்ல முடியாது.

ஆனாலும் வெற்றி என்றால் என்ன என்கிற ஒரு வினாவிற்குப் பல்வேறுவிதமான விடைகள் இருக்கின்றன.

பொதுவாக, உலகம் நம்புகிற வெற்றி எது வென்று கேட்டால், மற்றவரைக் காட்டிலும் முந்தி இருப்பது என்பதைத்தான், இந்த உலகம் வெற்றி என்று குறிப்பிடுகிறது. பணக்காரன் என்றால் யாரையெல்லாம்விடப் பணக்காரன், அறிவாளி

என்றால் யாரையெல்லாம்விட அறிவாளி, சாதனையாளன் என்றால் யாரையெல்லாம்விடச் சாதனையாளன் என்று மற்றவர்களோடு ஒப்பிட்டுப் பார்த்துத்தான் நாம் வெற்றியைத் தீர்மானிக்கிறோம்.

ஒப்பிடுதல் பிழையில்லை. ஆனால் அந்த ஒப்பீட்டில் ஒரு நுட்பமான குறை இருக்கிறது. மற்றவர்களை விட முந்தி இருக்கிறோமா என்பதைக் காட்டிலும், நாமே நம்முடைய பழைய வெற்றிகளைக் காட்டிலும் முந்தி இருக்கிறோமா என்பதுதான் வெற்றியின் அடிப்படையான செய்தி. ஏற்கனவே பெற்றிருக்கிற வெற்றியைக் காட்டிலும், கூடுதலாக இன்னொரு கட்டத்திற்கு, இன்னொரு தளத்திற்கு, இன்னொரு இடத்திற்கு வந்து சேர்வதுதான் வெற்றி. ஏனெனில் மற்றவர்களோடு நாம் நம்மை ஒப்பிட்டுக்கொள்ள வேண்டிய தேவை இல்லை. ஒவ்வொரு வருடைய வாழ்க்கைச் சூழலும் வேறுவேறாக இருக்கிறது. அவர்களுடைய பாரம்பரிய மரபியல் கூறுகள் வேறுவேறாக இருக்கின்றன. எனவே அடுத்தவனோடு போட்டி என்பதைவிட, நம்மோடு நாம் போட்டியிடுகிறோம் என்பது முக்கியமானது.

எந்த ஒரு செயலையும், அதேமாதிரியான இன்னொரு செயலை நாம் அடுத்தமுறை செய்ய நேர்கிறபோது, அதைக் காட்டிலும் சிறப்பாகச் செய்திருக்கிறோமா என்பது மிக முக்கியமானது. காரணம் முன்னால் செய்ததைவிட இப்போது செய்கிறபோது நமக்கு அனுபவம் என்ற ஒன்று கூடுதலாகக் கிடைத்திருக்கிறது. நாம் ஒரு தேர்வு எழுதினோம், அது ஓர்

அனுபவம். ஒரு விளையாட்டுப்போட்டியிலே கலந்து கொண்டோம், அது ஓர் அனுபவம். இன்னொரு முறை நாம் பங்கேற்கிறபோது அந்த அனுபவம் நமக்குக் கூடுதலாகக் கைகொடுக்கிறது. எனவே ஒவ்வொருமுறையும் கூடுதலாக அடுத்தடுத்த கட்டங்களுக்கு நாம் வந்து சேர்வதுதான் அடிப்படையில் வெற்றி என்று பொருள்.

அதை நோக்கி நாம் செயல்படுகின்ற நேரத்தில், மற்றவர் களைப் பற்றிய எந்தக் கவலையும் இல்லாமல், நம்முடைய பணியில் கூடுதல் கவனத்தோடு இருப்பதற்கான வாய்ப்புகளும் இருக்கின்றன. அப்படி அடுத்தடுத்து மென்மேலும் வெற்றி களைப் பெற்று வரவேண்டும் என்றால் நாம் கூடுதலாகத் திட்டமிட வேண்டும், கூடுதலாக உழைக்க வேண்டும். எந்தத் துறையில் நாம் இருக்கிறோமோ, அந்தத் துறையில் கூடுதலாகக் கவனம் செலுத்த வேண்டும். அதுதான் அடிப்படையான செய்தி. அப்படிக் கவனம் செலுத்துவதற்கு எதுவெல்லாம் தடையாக இருக்கிறது?

அழகான ஒரு முரணை நாம் பார்க்கலாம். வயது ஆக ஆக அனுபவம் ஏறுகிறது. இது ஒரு நல்ல செய்தி. ஆனால் வயது ஆக ஆக எந்த ஒரு மனிதனுக்கும் ஒரு சலிப்பு வந்து சேர்கிறது. இது ஒரு எதிர்மறையான செய்தி. இந்த இரண்டு முரண்பட்ட நிலைகளிலே இருந்து நாம் தொடர்ந்து வெற்றிகளைப் பெற வேண்டுமானால், இவற்றிலிருந்து எப்படி விடுபடுவது என்பது முக்கியமானது.

வயதாகிறபோது அனுபவம் ஏறுகிறது. ஆனால் அத்தோடு அது நின்றுவிடுவதில்லை. நமக்கு இனிமேல் என்ன இருக்கிறது, ஏறத்தாழ வாழ்க்கையின் பாதிப் பகுதியைக் கடந்து விட்டோம், வாழ்க்கையின் முக்கால் முடிந்து போய்விட்டது என்கிற எண்ணங்கள், நம்மை அடுத்த கட்டத்திற்குப் போக விடாமல் தடுக்கின்றன அல்லது பின்னே இழுக்கின்றன. அவற்றிலிருந்து விடுபடவில்லை என்றால் நம்முடைய அனுபவ மும்கூட நமக்குப் பயன்படாமல் போய்விடும்.

எனவே நாம் வயது பற்றிய ஒரு சிந்தனைக்கு வரவேண்டும். வயதானால் நம்மால் முடியுமா, முடியாதா என்றொரு கேள்வி எழுகிறது. அப்படியானால் வயது என்பது என்ன? வயது என்பது உடல் சார்ந்தது மட்டும்தானா? பொதுவாக, வயது என்பது உடல்

சார்ந்ததன்று, நம்முடைய மனம் சார்ந்தது என்று சொல்கிறோம். சரியாகச் சொல்ல வேண்டுமானல் வயது என்பது மூன்று வகைப்படும். உடம்பின் வயது, அறிவின் வயது, மனத்தின் வயது என்று இந்த வயதை நாம் மூன்றாகப் பகுத்துக் கொள்ளலாம்.

உடம்பின் வயது துல்லியமானது. யாரும் கூட்டியோ, குறைத்தோ பார்த்துக்கொள்ள முடியாது. காலம் அதைத் தீர்மானிக்கிறது. நீங்கள் பிறந்து இந்த உலகத்திலே எத்தனை ஆண்டுகள் ஆகின்றன என்பதுதான் அந்த உடம்பின் வயதிற்கான ஒரே ஒரு கணக்கு. இதில் ஒன்றும் பெரிய சிக்கலோ, நுட்பமோ இல்லை. ஆனால் அறிவின் வயதும், மனத்தின் வயதும் அப்படியல்ல. சிலபேருக்கு வயது ஏற ஏற அறிவும் கூடும். சிலருக்கு வயது ஏற ஏறக் குறையும். அறிவின் வயது என்பதை இன்றைக்கு அறிவியல் உலகிலே ஐக்யூ ஏஜ் (IQ age) என்று சொல்கிறார்கள். ஐக்யூ என்பது The Intelligence Quotiont என்கிற ஆங்கிலச் சொல்லின் சுருக்கம் ஆகும். சில பிள்ளைகளை நாம் பார்க்கலாம். பத்து வயதாக இருக்கிறபோதே இருபது வயது மனிதனைப்போல சிந்திப்பார்கள். சிலபேர் 40 வயதான பிறகும், 14 வயதுக்குரிய அறிவுக்குரிவர்களாகவே நின்று போய் விடுவார்கள்.

இப்போதும் நம்மால் எந்தப் புத்தகத்தை கூடுதலாகப் படிக்க முடிகிறது. எந்த மாதிரியான படங்களை எல்லாம் பார்க்க மனம் விரும்புகிறது என்பதை எல்லாம் பார்த்தால், அது அறிவின் வயதையும், மனத்தின் வயதையும் ஒட்டியதாக இருக்கிறது. பல்வேறுவிதமான பொதுஅறிவுத் தகவல்களைச் சேகரித்து வைப்பது, சேகரித்து வைத்துள்ள தகவல்களிலிருந்து, நுட்பமான, சரியான எதிர்கால முடிவுகளை எடுப்பது என்பதெல்லாம் அறிவின் வயதை ஒட்டியதாக இருக்கிறது.

இந்த மனத்தினுடைய வயது இருக்கிறதே, அது வெறுமனே உங்களுடைய உற்சாகம் சார்ந்தது அவ்வளவுதான். இந்த மனம் எவ்வளவு உற்சாகமாக இருக்கிறதோ, அந்த அளவுக்கு அதன் வயது குறைகிறது. ஒருவேளை இளமைக்காலத்திலேயே மனம் சோர்ந்து விடுமானால், 25 வயது இளைஞனுக்கும்கூட மனத்தினுடைய வயது 60 ஆக ஆகிவிடுகிறது. மனத்தின் வயதுதான் நம்மை இயக்குகிறது. மனம் இளமையாக இருந்தால்

அடுத்தடுத்த திட்டங்களை நம்மாலே போட முடிகிறது. ஏராளமான எதிர்காலத் திட்டங்களை வைத்துக் கொண்டிருக்கிற 70 வயது மனிதர்களையும் நாம் பார்க்கிறோம். எதிர்காலம் பற்றிய எந்தச் சிந்தனையுமின்றி சோர்ந்து போய்க் கிடக்கிற 30 வயது இளைஞனையும் பார்க்கிறோம்.

சோர்வு என்பதும், அடுத்த வேலைக்கான ஊக்கம் என்பதும் மனத்திலிருந்து வருகிறது. ஆகவே அதை மனத்தின் வயது என்கிறோம். நாம் மனத்தின் வயதைக் குறைத்துக்கொண்டும், அறிவின் வயதைக் கூட்டிக்கொண்டும் இருப்போமானால் உடலின் வயது பற்றி நாம் கவலைப்படத் தேவையில்லை. எதிர்மறையாக நடந்து விடுவதுதான் பெரிய ஆபத்து.

எல்லாம் நேர்மறையாக அமையுமானால், நம்மால் கூடுதலாகத் திட்டமிட முடியும். கூடுதலாகப் பணியாற்ற முடியும். நாம் இருக்கின்ற துறையிலே கூடுதலாகக் கவனம் செலுத்த முடியும். அப்படிச் செய்கிறபோது நேற்றைக்கு நம் துறையில் என்ன சாதித்திருந்தோமோ அதைக் காட்டிலும் கூடுதலாகச் சாதிக்க முடியும். அதற்கு அடுத்த கட்டத்திற்கு வரமுடியும்.

எனவே நம்மை நாமே முந்துவது என்பதுதான் வெற்றியே தவிர, அடுத்தவர்களை முந்துகிறோமா என்பதல்ல. அடுத்தவர் களை முந்த வேண்டுமா என்பதுகூட ஒரு பெரிய கேள்விதான். நம்மை நாம் தொடர்ச்சியாக முந்திக் கொண்டிருந்தோ மென்றால், நாம் வெற்றி பெற்றுக்கொண்டிருக்கிறோம் என்று பொருள். எனவே ஒருவன் வெற்றியாளனா, இல்லையா என்பதை அவனுடைய பழைய நடவடிக்கைகளையும், இன்றைய நடவடிக்கைகளையும் ஒப்பிட்டுப் பார்த்தால் தெரியும். இருபது ஆண்டுகளுக்கு முன்னால் அவன் எழுதிய கவிதையும், இப்போது அவன் எழுதுகிற கவிதையும், அன்றைக்கு வரைந்த ஓவியமும், இன்றைக்கு வரைந்த ஓவியமும், அன்றைக்கு இருந்த நிர்வாகத் திறனும் இன்றைக்கு இருக்கிற நிர்வாகத் திறனும் எப்படி இருக்கின்றன என்பதை ஒப்பிட்டுப் பார்த்தால், வெற்றியா ளர்கள் யார் என்பதை நம்மாலே எளிதில் கண்டுபிடித்து விட முடியும்.

நாம் வெற்றியாளர்களாக ஆக வேண்டுமென்றால் பின்பற்ற வேண்டிய செயல்நெறி, சூத்திரம் இதுதான்.

ஔரங்கசீப்

'அவர்கள் நம்மை எதிர்த்துப் போரிட்டிருக்கலாம். ஆனாலும் களத்தில் கடைசி வரைக்கும் கலங்காமல் நின்று போரிட்ட மாவீரர்கள் அவர்கள். எதிரிகளாக இருந்தாலும் வீரர்களை மதிக்க வேண்டும்'

மொகலாயப் பேரரசர்களில் ஔரங்கசீப்பைப் பற்றி மிகக் கடுமையான சில விமர்சனங்கள் உண்டு. திறனாய்வாளர்கள் அக்பரைப் பாராட்டுவார்கள். ஷாஜகானையும், ஜஹாங்கீரையும் கூடக் கூடுதலாகக் குறைசொல்ல மாட்டார்கள். ஆனால் ஔரங்கசீப், மிக மோசமான மத வெறியன், இசைக்கும், கலைக்கும் எதிரி என்பன போன்ற விமர்சனங்கள் எப்போதும் உண்டு.

ஆனால் ஔரங்கசீப்பினுடைய அரசு முறையை, அவருடைய எளிமையை, அவருடைய வாழ்க்கை வகையை நாம் கண்டு அறிந்தால், இந்த விமர்சனங்கள் ஒருபக்கச் சார்புடையவையோ என்று நமக்குத் தோன்றும். ஏறத்தாழ அரை நூற்றாண்டு காலம் ஆண்ட மாமன்னராக ஔரங்கசீப் இருந்தார். அவருடைய காலத்திலே தான் மராட்டிய மாவீரனான சிவாஜிக்கும், அவருக்கும் ஒரு பெரும் பகையும், போரும் மூண்டது என்கிற காரணத்தினாலேயும், சிவாஜிக்கு ஆதரவாளர்கள் எல்லோரும் ஔரங்கசீப்பை மிகக் கடுமையாக விமர்சனம் செய்வது உண்டு.

உண்மை என்ன என்பதை வெர்னியர் குறிப்புகள் என்கிற ஒரு வெளிநாட்டுப் பயணியின் பயணக் குறிப்புகளைப் பார்க்கிறபோது, நாம் அறிந்துகொள்ள முடிகிறது. ஷாஜகான் மிக ஆடம்பரமாக வாழ்ந்தவர். அவருக்கு நேர்மாறாக ஔரங்கசீப் மிக எளிமையாக இருந்தவர். ஷாஜகானுக்கும், ஔரங்கசீப்புக்கும் இடையிலான மிகப்பெரிய வேறுபாடு அது என்பதை நாம் உணர்ந்துகொள்ள வேண்டும். தன்னுடைய விருப்பத்திற்கு ஏற்ப தலைநகரத்தைக்கூட மாற்றியவர் ஷாஜகான்தான். 1638 இல் இருந்து 48 வரை ஆக்ராவில் இருந்து டெல்லிக்குத் தலைநகரம் மாற்றப்பட்டது. அதோடு மட்டுமன்று, டெல்லிக்குப் பெயரே ஷாஜகான் பாத் என்று மாற்றப்பட்டது. அப்படித் தன்னுடைய பெயரைச் சூட்டுவது, தன்னுடைய விருப்பத்திற்கேற்ப ஆடம்பரங்களில் ஈடுபடுவது ஷாஜகானின் வழக்கம்.

நடனத்திலும், கலையிலும், ஓவியத்திலும் ஜஹாங்கீருக்கும், ஷாஜகானுக்கும் அதிகமான ஈடுபாடு உண்டு. அதற்காக அவர்கள் செலவழித்த தொகையானது மிகக் கூடுதலாகும். ஔரங்கசீப் இவைகளை எல்லாம் மறுத்தார். கலைக்கும், இசைக்கும் ஓரளவுதான் செலவழிக்க வேண்டும், மக்கள் நலனுக்குத்தான் கூடுதலாகச் செலவழிக்க வேண்டும் என்பதிலே ஔரங்கசீப் மிக உறுதியாக இருந்தார்.

பல்லக்கிலே பயணம் போவதைக்கூட அவர் மறுத்தார். அவருடன் இருந்த அமைச்சர்கள் எல்லாம், மன்னர் நடந்து போவது சரியாக இருக்காது என்று அவரிடத்திலே அறிவுறுத்தி, அவருடைய விருப்பத்திற்கு மாறாகத்தான் பலவற்றை அவரிடத்தில் திணித்தார்கள். அவர் சொன்னார், ‘இதென்ன பழக்கம், பல்லக்கில் செல்வது. ஆறுபேர் பல்லக்கைச் சுமக்க, மன்னரோடு அவருடைய பணியாட்கள் இருவரும் அதில் அமர்ந்து செல்ல, அம்மூவரையும் அவர்கள் சுமக்க வேண்டும். தங்களுடைய வாயின் துர்நாற்றம் தெரிந்துவிடக்கூடாது என்பதற்காக, எப்போதும் வாசனைப் புகையிலையை மென்று கொண்டிருக்கிற மன்னர்கள், அவற்றைத் துப்புவதற்காக வெள்ளியிலோ, பீங்கானிலோ ஆன கிண்ணம் ஒன்று அந்தப் பல்லக்கிலேயே இருக்கும். பல்லக்குத் தூக்கிகள் கால் வலிக்க இவர்களை தூக்கிச் செல்லவேண்டும். இதெல்லாம் என்ன பழக்கம்’ என்றார்.

இதையெல்லாம் மாற்ற வேண்டும் என்று ஔரங்கசீப் நினைத்தார். மன்னர் உட்காருகிற மயில் சிம்மாசனமே இவ்வளவு பெரியதாக இருக்க வேண்டுமா என்று ஔரங்கசீப் கேட்டார். மற்றவர்கள் எல்லாம் சொன்னார்கள், 'நீங்கள் தனிப்பட்ட வாழ்க்கையில், உங்களுடைய அரண்மனையில் எவ்வளவு எளிமையாக வேண்டுமானாலும் இருக்கலாம். ஆனால் தர்பாரில் இருக்கிற போது மயில் சிம்மாசனததிலேதான் இருக்க வேண்டும் .'

மயில் சிம்மாசனம் என்பது, இரண்டடி உயரமுள்ள நான்கு கால்கள், அதன் மீது ஒரு விதானம், அந்த விதானத்தின் மீது 12 சின்னச் சின்னத் தூண்கள், அந்த 12 தூண்களிலும் ஒன்றில் மரகத மாலை, ஒன்றில் வைர மாலை, இன்னொன்றிலே சிவப்புக்கல் மாலை, ஒன்றிலே வாள் போன்ற வடிவம், இன்னொன்றிலே வில் போன்ற வடிவம் இத்தனை அழகான வேலைப்பாடுகளோடு அமைக்கப்பட்டது. அதற்கு மேலே ஏறத்தாழ ஒரு படுக்கை போல - ஒரு நாற்காலி போல இல்லாமல் - ஒரு படுக்கை போல அமைந்திருந்ததுதான் அன்றைய மொகலாய சாம்ராஜ்ஜியத்தி

னுடைய சிம்மாசனம். அந்த சிம்மாசனம், டெக்ரான் ஷாவினுடைய அரண்மனையிலே அருங்காட்சியகத்திலே இன்றைக்கும் இருக்கிறது என்று கூறுகிறார்கள். அதனுடைய குறைந்த பட்ச மதிப்பே 26 இலட்சம் டாலர் என்று இப்போது மதிப்பிடப்படுகிறது.

இவ்வளவு ஆடம்பரமாக, இத்தனை பெரிய செலவுகளை மன்னர்கள் செய்துகொண்டு இருக்க வேண்டுமா என்கிற கேள்வி ஔரங்கசீப்புக்கு இருந்துகொணடே இருந்தது. அதை மெல்ல மெல்லத்தான் அவராலே மாற்ற முடிந்தது. முதல் பத்தாண்டுகள் ஏறத்தாழ முழுக்க முழுக்க ஷாஜகானினுடைய ஆட்சியின் தொடர்ச்சியாகத்தான் அவரால் ஆட்சியை நடத்த முடிந்தது. ஏனென்றால், அந்த மாற்றங்களை எல்லாம் ஒரு பேரரசனாக இருந்தபோதும், உடனடியாக அவரால் கொண்டு வர முடியவில்லை. சில மாற்றங்களை அவர் செய்தார். அவை போற்றப்படத்தக்க மாற்றங்களாகவும் இருந்தன.

ராஜா ஜெய்மாலினுடைய சிலையையும், சித்தூர் அரசர் சிலையையும் மன்னரினுடைய மாளிகைக்கு முன்னால், இரண்டு யானைகளின் மேல் இருப்பது போல அமைத்தார். பொதுவாகச் சிலைகளின் மீதும், கலைகளின் மீதும் ஆர்வமில்லாத ஔரங்கசீப் இரண்டு கருங்கல் யானைகளைச் செய்யச்சொல்லி அவற்றின் மீது ராஜா ஜெய்மாலின் சிலையையும், அரசர் பட்டாவின் சிலையையும் வைக்கச் சொல்கிறாரே என்கிற வருத்தம் பலருக்கும் இருந்தது. அதற்குக் காரணம், அந்த இரண்டு அரசர்களும், மொகலாய சாம்ராஜ்ஜியத்தின் வழி வந்தவர் களல்லர். அக்பரின் காலத்தில் அவரை எதிர்த்து மிகக் கடுமையாகப் போரிட்ட இரண்டு அரசர்கள் அவர்கள்.

தங்களுடைய மொகலாய சாம்ராஜ்ஜியத்திற்கு எதிராகப் போரிட்ட இரண்டு அரசர்களை எதற்காக இவர் மேன்மைப் படுத்துகிறார் என்றால், ஔரங்கசீப் சொன்னார், 'அவர்கள் நம்மை எதிர்த்துப் போரிட்டிருக்கலாம். ஆனாலும் களத்தில் கடைசிவரைக்கும் கலங்காமல் நின்று போரிட்ட மாவீரர்கள் அவர்கள். எதிரிகளாக இருந்தாலும் வீரர்களை மதிக்க வேண்டும்' என்று சொன்ன மிகப்பெரிய பண்பை ஔரங்கசீப் பிடத்திலேதான் பார்க்க முடிந்தது.

எனவே ஔரங்கசீப் மற்ற நாட்டுக்காரர்களை, மற்ற மதத்துக்காரர்களை எல்லாம் வெறுக்கிறவர், அவர்களை எல்லாம் அடியோடு ஒழித்தவர், இந்துக்களை எல்லாம் கடுமையான வரி விதித்துச் சீர்குலைய வைத்தவர் என்றெல்லாம் வரலாற்று ஆசிரியர்கள் எழுதியிருக்கிறார்கள். உண்மையைப் புரட்டிப் பார்த்தால், அவர் விதித்த வரிகள் இந்துக்களுக்கு மட்டுமல்ல, பல வரிகளை இசுலாமியர்களுக்கும் சேர்த்துத்தான் விதித்திருக் கிறார். வரி விதிக்காமல் நாட்டை ஆளமுடியாது. வரி வருவாயின் மூலம்தான் நாட்டைச் செம்மையாக ஆள முடியும் என்று அவர் கருதியிருக்கிறார். இந்துக்களையே முழுமையாக அழித்து விட வேண்டும் என்று ஔரங்கசீப் கருதியிருப்பாரே யானால், குமரகுருபரர் காசியிலே கட்டிய ஒரு மடத்திற்கு, ஒருபெரிய தொகையை உதவியாகக் கொடுத்திருக்க வேண்டிய தேவையில்லை. இன்றைக்கும் காசிமடத்தில் அந்தப் பதிவு இருக்கிறது. குமரகுருபரர் கட்டிய மடம் ஒன்றும் இசுலாமிய மடம் அன்று. இந்து மதம் சார்ந்த, சைவம் சார்ந்த ஒரு மடம். அந்த மடத்திற்குப் பெரும் தொகையை உதவியாகக் கொடுத்தவர் ஔரங்கசீப்.

சில இடங்களில் அவர் கடுமையாக இருந்திருக்கலாம். இசைவாணர்கள் சிலரிடத்திலே அவர் கோபம் கொண்டார் என்பது உண்மைதான். ஒரு முறை, அந்த இசைவாணர்கள் எல்லாம் ஒரே ஒப்பாரியோடு வரிசையாகப் போனார்கள். எங்கே போகிறீர்கள் என்று கேட்டபோது, ‘நீங்கள் இசைக்கு இடமில்லை என்று சொல்லி விட்டதால், இசைக்கருவிகளை எல்லாம் புதைக்கப் போகிறோம்’ என்று சொன்னார்கள், ஔரங்கசீப் ‘கொஞ்சம் ஆழமாகக் குழி தோண்டிப் புதையுங்கள்’ என்று சொல்லியிருக்கிறார். அவர் இசைக்கும், கலைக்கும் எதிரியல்லர். நாம் இசை கேட்டுக் கொண்டிருக்கப் பிறந்தவர்கள் இல்லை. செய்வதற்கு ஏராளமான வேலைகள் இருக்கின்றன என்று கருதியவராக ஔரங்கசீப் இருந்திருக்கிறார்.

ஔரங்கசீப்பிற்கு இரண்டு பக்கங்கள் இருந்திருக்கின்றன என்பதை மறுப்பதற்கில்லை. அதே நேரத்தில் ஒரு பக்கத்தை மட்டுமே சொல்லிக் கொண்டிருப்பதில் நியாயமுமில்லை.

குறள் கூறும் நெறி

எந்த இடத்திலே பொறுமை, எந்த இடத்திலே கோபம் என்று வள்ளுவர் சொல்கிறார் என்பதைக் கவனித்தால் இந்த இரண்டு குறட்பாக்களுக்கும் இடையிலே எந்த முரணும் இல்லை. மிகச்சரியான ஒற்றுமைதான் இருக்கிறது என்பதை நாம் விளங்கிக் கொள்ள முடியும்.

ஆமை முயல் கதை நெடுநாட்களாக நமக்குச் சொல்லப்படுகிறது. அந்த கதையினுடைய அடிப்படையான செய்தி ஒன்றுதான். வேகமாகப் போவதும், பிறகு இடையிலே தொய்ந்து போவதும், மறுபடியும் வேகமாக ஓடுவதும், என்றிருக்கிற வகை ஒன்று. எப்போதும் நிதானமாக ஒரே மாதிரிப் போவது இன்னொரு வகை. யார் பொறுமையாக, நிதானமாக, வாழ்க்கையில் ஒரே மாதிரியாகப் பயணப்படுகிறார்களோ, அவர்கள் வெற்றி இலக்கைக் கண்டிப்பாய் அடைவார்கள் என்று சொல்வதற்காகத்தான் ஆமைக்கும் முயலுக்குமான ஓட்டப் பந்தயக் கதை நமக்குச் சொல்லப்பட்டது.

ஆனால் அடிப்படையில் அது ஒரு தவறான கதை. இரண்டு ஆமைகளுக்கு இடையில்தான் அல்லது இரண்டு முயல்களுக்கு இடையில்தான் ஓட்டப் பந்தயம் வைக்க வேண்டுமே தவிர, ஒரு முயலுக்கும் ஒரு ஆமைக்கும் இடையிலே ஓட்டப் பந்தயம் வைத்ததே அடிப்படையில் சரியானதன்று.

பொறுமையாய், நிதானமாய் எப்போதும் செயல்படுகிறவர்கள் வெற்றி இலக்கை அடைவார்கள் என்பது என்றைக்கும் ஏற்றுக் கொள்ள வேண்டிய ஒன்றாக இருக்கிறது. எதிலும்

நமக்கு ஒரு பொறுமை வேண்டும், ஒரு நிதானம் வேண்டும், பதற்றப்படாத தன்மை வேண்டும், எதற்கெடுத்தாலும் கோபப்படாத குணம் வேண்டும் என்பதெல்லாம் சரியானதுதான். இவற்றுக்கு வள்ளுவர் என்ன விடை சொல்கிறார் என்று பார்க்கிறபோது, அவர் இரண்டு மாதிரியான விடைகளைச் சொல்கிறார். ஒரு பக்கத்திலே பார்த்தால் அவரைக் காட்டிலும் பொறுமையை அறிவுறுத்துகிறவர்கள் வேறு யாரும் இல்லை என்று தோன்றுகிறது. இன்னொரு பக்கத்திலே பொறுமைக்கு எதிராக மிகக் கடுமையான ஒரு வன்முறையைக்கூட அவர் கையிலே எடுத்துக் கொள்கிறார்.

நான் இப்படிச் சொன்னால் பலருக்கு வியப்பாக இருக்கும். வள்ளுவர் எங்காவது வன்முறையைப் பரிந்துரைப்பாரா, வள்ளுவரைப் படித்தவர்கள் இப்படிச் சொல்வார்களா, என்று நினைப்பவர்கள் இருக்கலாம். திருக்குறளில் *1330* குறட்பாக்களையும் படித்து முடித்தால், வன்முறையைத் தவிர்க்க முடியாது என்பதை வள்ளுவர் காட்டியிருக்கிறார் என்பதை நாம் பார்க்கலாம். பொறுமையை ஒரு பக்கம் சொல்கிறார். வன்முறையை மறுபக்கம் சொல்கிறார் என்றால், வள்ளுவர் பரிந்துரைப்பது எதனை என்கிற கேள்வி நமக்கு வருகிறது. அதுவும் பொறுமை என்றால் ஒரு அசாத்தியமான பொறுமையை அவர் சொல்கிறார். நடைமுறையில் இயலாத மிகக் கடுமையான பொறுமையைத்தான் பொறை உடைமை என்கிற அதிகாரத்திலே நமக்குச் சொல்கிறார். அவர் சொல்கிற பொறுமை எப்படிப்பட்டது என்றால் பூமியைவிடப் பொறுமையாக இருக்க வேண்டும் என்று சொல்கிறார். உலகத்திலே யாரும் பூமியைப்போல பொறுமையாக இருக்க முடியாது.

அகழ்வாரைத் தாங்குகிறது நிலம். ஒருவன் நிலத்தைத் தோண்டுகிறான். எங்கே நின்றுகொண்டு தோண்டுகிறான் என்றால், நிலத்திலே நின்று கொண்டுதான், நிலத்தைத் தோண்டுகிறான். அந்த நிலம், தன் மீது நின்று கொண்டு தன்னையே தோண்டுகிறானே என்று நினைத்தால், அடுத்த நிமிடம் அது அவனை சாய்த்து விட முடியும். ஆனால் நிலமோ பொறுமையாய் இருக்கிறது. வள்ளுவர் சொல்கிறார்,

> அகழ்வாரைத் தாங்கும் நிலம்போலத் தம்மை
> இகழ்வார் பொறுத்தல் தலை

தன் மீது நின்று கொண்டு தன்னைத் தோண்டுகிறவனையே தாங்குகிறதே பூமி, அதைப்போல நம்மை இகழ்கிறவர்களைப்

பொறுத்துக் கொள்ள வேண்டும் என்று சொல்கிற வள்ளுவர் இன்னமும் பல அறிவுரைகளை நமக்குச் சொல்கிறார்.

இன்னா செய்தார்க்கும் இனியவே செய்யாக்கால்
என்ன பயத்ததோ சால்பு

என்கிறார்.

உனக்கு யார் கெடுதல் செய்தானோ அவனுக்கும் நீ நன்மை செய்ய வேண்டும். தனக்கு நன்மை செய்தவனுக்குத் திரும்பவும் நன்மை செய்வது உயர்ந்த குணம்தான். ஆனாலும் அது இயல்பானது. எல்லா மனிதர்களிடத்திலேயும் இருக்கக் கூடியது. தனக்குக் கெடுதல் செய்தவனுக்குக்கூட நன்மை செய்ய வேண்டும். இன்னா செய்தாருக்கும் இனியவையே செய்ய வேண்டும் என்று நமக்குச் சொல்லித் தருகிறார்.

பொறுமையாக இருக்க வேண்டும், யார் எவ்வளவு தீங்கிழைத் தாலும் தாங்கிக் கொள்ள வேண்டும். அது மட்டுமல்லாமல் அவர்களுக்கு நன்மையும் செய்ய வேண்டும் என்றெல்லாம் சொல்லித் தருகிற, அகிம்சையினுடைய உச்சக்கட்டத்திலே நிற்கிற வள்ளுவர்தான், கயமை என்கிற அதிகாரத்திற்கு வருகிறபோது கடுமையாய்ப் பேசுகிறார்.

உன்னுடைய கையை மடித்துக்கொண்டு சிலரைத் தாடையிலே ஓங்கிக் குத்தவேண்டும் என்று வள்ளுவர் சொல்கிறார். இது ஏதோ நம்முடைய திரைப்படங்களிலே வரும் சண்டைக் காட்சிகள் போல இருக்கலாம். வள்ளுவத்தை ஒரு சுவைக்காக இப்படி மாற்றிச் சொல்லவில்லை. அந்தக் குறளில் இந்தச் சொற்கள் அப்படியே இருக்கின்றன.

ஈர்ங்கை விதிரார் கயவர் கொடிறுடைக்கும்
கூர்ங்கையர் அல்லா தவர்க்கு

என்று ஒரு குறள் சொல்கிறது.

அதாவது விதிர்தல் என்றால் உதறுதல் என்று பொருள். விதிர்த்தல் என்று இன்றைக்கும் கூட அந்தச் சொல்லை நாம் பயன்படுத்துகிறோம். உணவு உண்டதற்குப் பிறகு எச்சில் கைகூட உதறமாட்டான் என்று கிராமத்திலே சொல்வதுண்டு. ஈரமாக இருக்கிற கையை உதறினால்கூட, அதிலே இருக்கிற ஒரு பருக்கை கீழே விழுந்து அதனை உண்டு, பல உயிர்கள் பிழைத்து விடுமோ என்று நினைக்கிற அளவுக்கு, அவ்வளவு 'நல்ல குணம் உடைய' மனிதர்கள் இருக்கத்தான் செய்கிறார்கள்.

கொடிறு என்றால் தாடை என்று பொருள். கொடிறு உடைக்கும் கூர்ங்கையன் என்கிறார். கையை மடக்கி வைத்துக் கொண்டால் அதற்குக் கூர்ங்கை என்று பொருள். மடிக்கப்பட்ட கையால் அவனுடைய தாடையிலே ஓங்கி அடிக்கவில்லை என்று சொன்னால், எச்சில் கையைக்கூட அவன் உதறமாட்டான் என்று வள்ளுவர் சொல்கிறார். எந்த இடத்திலும், யாருக்கும் எந்தத் தீங்கும் செய்யக்கூடாது என்று சொன்ன வள்ளுவர்தான், எப்போதும் பொறுமையாக இருக்க வேண்டும் என்று அறிவுறுத்திய வள்ளுவர்தான், இன்னொரு இடத்தில், இப்படித் தாடையை உடைத்து விடு என்கிறார்.

அடுத்த குறளில் இன்னமும் கடுமையாகச் சொல்கிறார். தாடையை உடைப்பது மட்டுமன்று, அவனைக் கொன்று போட்டு விடு என்கிறார். கொல்லாமையைச் சொன்ன வள்ளுவர்தான் இந்தக் குறளிலே,

சொல்லப் பயன்படுவர் சான்றோர் கரும்புபோல்
கொல்லப் பயன்படும் கீழ்

என்கிறார்.

கீழ் மக்கள் இருக்கிறார்களே, அவர்கள் எப்போது இந்தச் சமூகத்திற்குப் பயன்படுவார்கள் என்றால், கரும்புபோல் பிழிந்தால்தான் பயன்படுவார்கள் என்கிறார். கரும்புபோல் கொல்லப் பயன்படும் கீழ் என்று அந்தச் சொல்லையே வள்ளுவர் பயன்படுத்துகிறார். எனவே கொல்லாமை ஒரு பக்கம், அவனைக் கொன்று தீர்த்தால்தான் இந்த நாட்டுக்கு ஏதாவது செய்வான் என்று சக்கையாய்ப் பிழிதல் மறுபக்கம்.

இப்போது நமக்கு ஒரு பெரிய ஐயம் வருகிறது. இந்த வள்ளுவர் அகிம்சை வாதியா? வன்முறையாளரா? எந்த இடத்திலே வள்ளுவர் நிற்கிறார்.

எந்த இடத்திலே பொறுமை, எந்த இடத்திலே கோபம் என்று வள்ளுவர் சொல்கிறார் என்பதைக் கவனித்தால் இந்த இரண்டு குறட்பாக்களுக்கும் இடையிலே எந்த முரணும் இல்லை. மிகச்சரியான ஒற்றுமைதான் இருக்கிறது என்பதை நாம் விளங்கிக் கொள்ள முடியும்.

யார் உங்களை இகழ்ந்தாலும் அதனைப் பொருட் படுத்தாதீர்கள் என்றுதான் சொல்கிறார். அதாவது அகழ்வாரைத் தாங்கும் நிலம்போல, தம்மை இகழ்பவனை பொறுத்துக் கொள்ள வேண்டும் என்று சொல்கிறாரே தவிர, சமூகத்துக்குத் தீங்கு செய்கிறவனை, நாடு, இனம், மொழிக்குத் தீங்கு செய்கிறவனைப் பொறுத்துக் கொள்ள வேண்டும் என்று வள்ளுவர் எந்த இடத்திலேயும் சொல்லவில்லை. தனிப்பட்ட மனிதர்களாக இருக்கிற நம்மைப்பற்றி யாராவது இழிவாய்ப் பேசினால், பொறுத்துக்கொள்ள வேண்டும். அங்கே அகிம்சையாக இருக்க வேண்டும் என்பது வள்ளுவப் பாடம்.

அதே நேரத்திலே சமூகத்துக்குத் துரோகம் செய்யும் கயவர்கள் இருக்கிறார்களே, அவர்களை ஒரு நாளும் பொறுத்துக் கொள்ளாதீர்கள். அவர்களைக் கரும்புபோலச் சக்கையாய்ப் பிழிந்து விடுங்கள். அவர்கள் தாடையிலே ஓங்கிக் குத்தி விடுங்கள் என்று அவர் சொல்லிக் கொடுக்கிறார்.

ஆனால் நடைமுறை என்னவாக இருக்கிறது என்றால், நம் நாட்டை, நம் மொழியை, நம் இனத்தை யாராவது இழிவாகப் பேசினார்கள் என்றால் நாம் பொறுத்துக் கொள்கிறோம். அல்லது பொருட்படுத்தாமலேயே இருந்து விடுகிறோம். எவனாவது நம்மைப் பார்த்து இழிவாய்ப் பேசினால், யாராவது நமக்குக் கெடுதல் செய்தால், நாம் கடுமையாய்க் கோபப்படுகிறோம். வள்ளுவர் நமக்கு என்ன சொல்லிக் கொடுத்தாரோ அதற்கு நேர் மாறாகத்தான் நம்முடைய வாழ்க்கையை நாம் அமைத்துக் கொண்டிருக்கிறோம்.

வள்ளுவம் என்பது வெற்று அறம் பேச வந்த நூலன்று. வாழ்வியல் பேச வந்த நூல். வாழ்க்கையில் பொறுமை, சினம் இரண்டிற்கும் இடம் உண்டு. அவை இடம்மாறி வரக்கூடாது என்பதுதான் குறள் கூறும் நெறி.

'ஏன் டீச்சர் என்னைப் பெயிலாக்கினீங்க'

நோயாளிகளுக்குத்தான் மருத்துவமனை, அறியாமையிலே இருக்கிற பிள்ளைகளுக்குத்தான் பள்ளிக்கூடம். அறிவாளிப் பிள்ளைகளை மட்டும்தான் கல்விக்கூடங்களிலே சேர்த்துக் கொள்வோம் என்பது, ஆரோக்கியமாக இருக்கிறவர்களை மட்டும்தான் மருத்துவமனையிலே சேர்த்துக் கொள்வோம் என்பதுபோல இருக்கிறது.

சில புத்தகங்களின் தலைப்புகளே நம்மைப் படிக்கத் தூண்டும். அப்படி ஒரு தலைப்பைக் கொண்ட புத்தகத்தை அண்மையில் படிக்க வாய்த்தது. 'ஏன் டீச்சர் என்னைப் பெயிலாக்கினீங்க' என்பதுதான் அந்தத் தலைப்பு. இது மொழி பெயர்ப்பு நூல். ஒரு சிறு நூல்தான். மொழி பெயர்ப்பிலே தலைப்பைத் தமிழில் மொழி பெயர்த்த ஷாஜகான் இப்படி மாற்றியிருக்கிறார். அது ஆங்கிலத்தில் A LETTER TO THE TEACHER என்றுதான் இருக்கிறது. ஆசிரியருக்கு ஒரு கடிதம் என்றுதான் பொருள். அதை அப்படியே மொழி பெயர்க்காமல் ஏன் டீச்சர் என்னைப் பெயிலாக்கினீங்க என்று தமிழாக்கம் செய்தது, நூலுக்குச் சுவை கூட்டுகிறது. அது முதலில் இத்தாலி மொழியிலே இருந்து ஆங்கிலத்திற்கு வந்து, பிறகு ஆங்கிலத்திலே இருந்து தமிழுக்கு வந்திருக்கிறது.

அந்தப் புத்தகத்தினுடைய உள்ளடக்கம் மிகச் சிறப்பாக இருக்கிறது. இத்தாலி நாட்டைச் சார்ந்த 8 மாணவர்கள், ஒரு ஆசிரியருக்கு எழுதிய கடிதம்

போன்று அமைக்கப்பட்டிருக்கிற நூல். அது இத்தாலிக்கு மட்டுமன்று, உலகம் முழுவதும் இருக்கிற கல்வி முறைக்கு இன்றைக்கும் பொருத்தமாக இருக்கிறது. அது எழுதப்பட்ட காலம் வேறு, இடம் வேறு. ஆனால் அது உலகத்தின் எல்லாப் பகுதிகளுக்கும் பொருந்துகிறது, இன்றைக்கும் அது பொருந்துகிறது என்பது அந்தக் கடிதத்தின் அல்லது அந்தச் சிறு நூலின் சிறப்பு என்று சொல்லலாம்.

இத்தாலியிலே பார்க்கியானா என்கிற ஒரு மலைப்பகுதியிலே இருக்கிற சின்னப் பள்ளிக்கூடத்திலே படித்த 8 மாணவர்கள் இன்னொரு நகர்ப்புறத்து ஆசிரியைக்கு எழுதுகிற கடிதமாக அது அமைந்திருக்கிறது. பார்க்கியானா என்பது 25 குடியிருப்புகளை மட்டுமே கொண்ட ஒரு மலைப்பகுதி. அந்த மலைப்பகுதிக்குள்ளே ஃபாதர் நிதானி என்கிறவர் ஒரு பள்ளிக்கூடத்தை, அன்றைக்கு நாட்டிலே மற்ற பள்ளிக்கூடங்கள் எல்லாம் எப்படி இருந்தனவோ அப்படி அல்லாத ஒரு பள்ளிக்கூடத்தை நிறுவி இருக்கிறார். வேறு பள்ளிகளிலே படித்துத் தோற்றுப்போன மாணவர்கள் இந்தப் பள்ளிக்கூடத்திற்கு வந்து பயின்றதற்குப் பிறகு அறிவு பெற்று, உலகத்திலே மிகப்பெரிய புகழைப் பெற்றதற்குப் பிறகு, பழைய பள்ளிக்கூட ஆசிரியருக்கு ஒரு கடிதம் எழுதியிருக்கிறார்கள். அந்தக் கடிதத்தைத்தான் ஷாஜகான் தமிழில் மொழி பெயர்த்திருக்கிறார். அந்தக் கடிதத்தில் மூன்று ஆழமான செய்திகள் முன் வைக்கப்பட்டிருக்கின்றன.

அந்தக் கடிதம், அன்புள்ள ஆசிரியைக்கு என்று தொடங்கு கிறது. நீங்கள் எங்களை மறந்திருக்கலாம், ஆனால் நாங்கள் உங்களை மறக்கவே இல்லை என்று அந்தக் கடிதத்தினுடைய முதல் வரி அமைந்திருக்கிறது. அது இயல்புதான். பெரும்பான்மையாக மாணவர்கள் பலரை ஆசிரியர்கள் மறந்து போய் விடுவதும், தங்கள் ஆசிரியர்களை மாணவர்கள் மறக்காமல் இருப்பதும் இயற்கைதான். ஆசிரியர்கள் ஒவ்வொரு ஆண்டும் நூற்றுக்கணக்கான மாணவர்களைச் சந்திக்கிறார்கள், மாணவர்கள் போய்க் கொண்டே இருக்கிறார்கள். அடுத்த தலைமுறையும் வருகிறது. ஆசிரியர்கள் மாணவர்களை மறந்து போகின்றனர். ஆனால் மாணவர்களுக்குத் தாங்கள் யாரிடம் பயின்றோம் என்பது ஞாபகமிருக்கிறது. எனவே அந்தக் கடிதம் அப்படித் தொடங்குகிறது.

நீங்கள் எங்களை மறந்திருக்கலாம், நாங்கள் உங்களை மறக்கவில்லை. ஆனாலும் அந்தப் பள்ளிக்கூடத்தில் எங்களை பெயில் என்று சொல்லி வெளியே துரத்தி விட்டீர்களே அது நியாயம்தானா என்பது அவர்களினுடைய ஆதங்கம். வெளியே துரத்தியதற்குப் பிறகு அவர்கள் பார்கியானாவுக்கு வந்து, அந்த பாதர் நிதானி உருவாக்கிய பள்ளிக்கூடத்திலே படிக்கிறார்கள். இந்தப் பள்ளிக்கூடம் புதிதாய் இருக்கிறது. மாணவர்களுக்குப் பிடித்தமானதாகவும் இருக்கிறது. அங்கு பெரும்பாலும் மூத்த மாணவர்கள்தான் இளைய மாணவர்களுக்குச் சொல்லிக் கொடுக்கிறார்கள். இரண்டாமாண்டு படிக்கிற மாணவர்கள் முதலாமாண்டு படிக்கிற மாணவர்களுக்குச் சொல்லிக்

கொடுக்கிறார்கள். முதலாமாண்டு படிக்கிற மாணவர்கள் 10ஆம் வகுப்புப் படிக்கும் மாணவர்களுக்குச் சொல்லிக் கொடுக்கிறார்கள். அதைப் பார்க்கிறபோது நாளைக்கு நாமும் ஆசிரியர் ஆகலாம் என்கிற நம்பிக்கை இவர்களுக்கு வருகிறது. ஒரு வகுப்புக்கு இவர்கள் ஆசிரியர்கள், இன்னொரு வகுப்பில் இவர்கள் மாணவர்கள். கற்றுக்கொண்டே கற்பித்தல் என்கிற வாழ்க்கை முறையை அந்தப் பள்ளிக்கூடம் அவர்களுக்குச் சொல்லிக் கொடுக்கிறது.

இரண்டாவதாக அங்கே வழக்கமாகப் பார்க்கிற பள்ளிக்கூட அமைப்புகள் எல்லாம் இல்லாமல் ஒரு வட்டமாக மேஜைகளும் நாற்காலிகளும் போடப்பட்டிருக்கின்றன. எல்லோரும் கலந்து அமர்ந்து பேசிக் கொண்டிருக்கிறார்கள். ஞாயிற்றுக்கிழமை களில்கூட அந்தப் பள்ளிக்கூடம் இயங்குகிறது. இயங்கவில்லை என்றால்தான் பிள்ளைகள் வருத்தப்படுகிறார்களே தவிர, பள்ளிக்கூடத்திற்கு வரவேண்டும் என்கிற ஆர்வத்தோடு வருகிறார்கள். அந்தப் பள்ளிக்கூடத்திலே படித்துத் தேறி வெளியே போனதற்குப் பிறகு, தாங்கள் எதற்கும் லாயக்கு இல்லை என்று சொல்லி வெளியே துரத்திய பழைய பள்ளிக்கூடத்தை நோக்கி, ஓர் ஆசிரியரை நோக்கி எழுதப்பட்டிருக்கிற கடிதம் போல் இருக்கிறது என்றாலும், கல்வி முறையை நோக்கி எழுதப்பட்ட கடிதமாக அது இருக்கிறது.

அந்தக் கடிதத்திலே பல செய்திகள் விவாதிக்கப்படுகின்றன. குறிப்பாக மூன்று செய்திகளை அந்த 8 மாணவர்கள் கடிதத்திலே பதிவு செய்கிறார்கள். ஒன்று பார்கியானா பள்ளிக்கூடத்துக்கும், மற்ற பள்ளிக்கூடங்களுக்கும் உள்ள வேறுபாடு, இங்கு நாங்கள் கூட்டாகக் கற்கிறோம் என்பதுதான். மற்ற பள்ளிக் கூடங்களில் ஒற்றை ஆசிரியர். ஆசிரியரை மையப்படுத்தியே வகுப்பறை இருக்கிறது. ஆனால் இந்தப் பள்ளிக்கூடமோ மாணவர்களை மையப்படுத்திய வகுப்பறையாக இருக்கிறது. கூட்டாகக் கற்பது என்பதுதான் நல்ல அரசியலே தவிர, தன்னந்தனியாகப் படிப்பது வெறும் சுயநலத்தைத்தான் வளர்க்கும் என்பதை நாங்கள் கற்றுக் கொண்டோம். அது முதல் செய்தி.

இரண்டாவதாக அந்த பார்கியானாவிலே மதிப்பெண் பட்டியல் இல்லை. வெற்றி தோல்வி என்கிற வேறுபாடுகள் எல்லாம் இல்லை. எல்லோரும் சேர்ந்து கற்றுக் கொள்கிறார்கள் என்பதுதான் கல்வி என்பதை அது உணர்த்துகிறது.

அடுத்து அவர்கள் ஓர் அருமையான கேள்வியை முன் வைக்கின்றனர். நாங்கள் உங்கள் பள்ளிக்கூடத்திலே பயில்கிறபோது, தேர்வு என்று வைத்து எங்களைக் கேள்விகள் கேட்கிறீர்களே? அந்தக் கேள்விகள் எல்லாம் நாங்கள் மேலும் பாடங்களைப் புரிந்து கொள்வதற்காகவா? அல்லது உங்களிடம் சிக்கிக் கொள்வதற்காகவா? இது அழகான கேள்வி. ஆழமாய் எண்ணிப் பார்த்தால், இன்றைக்கும் மாணவர்களை நோக்கி எப்படிக் கேள்வி கேட்கப்படுகிறது என்பது புரியும். தம்முடைய புத்திசாலித் தனத்தைக் காட்டுவதற்காக, மாணவர்களைக் குறுக்கும் நெடுக்குமாகக் கேள்விகள், மடக்கும் விதமாகத்தான் கேட்கப்படுகிறது. தேர்வுகள் என்பதும், கேள்விகள் என்பதும் ஒன்றைப் பற்றி மேலும் தெரிந்து கொள்வதற்காகவா அல்லது உங்களுடைய மேதைமைகளுக்குள்ளே நாங்கள் வந்து சிக்கிக் கொள்வதற்காகவா என்று கேட்கிறார்கள். ஆசிரியர்களின் கேள்வி அவர்களை விளங்கப்படுத்துவதற்குப் பதிலாக மறுபடியும் சிக்கிக் கொள்ள வைப்பதாக உள்ளது.

அடுத்ததாக அவர்கள் வைக்கிற இன்னொரு கேள்வி மிக ஆழமானது. யாருக்குப் பாடம் புரியவில்லையோ, யாருக்குப் பாடம் விளங்கவில்லையோ, அவர்களுக்குப் பாடம் சொல்லித்தர வேண்டும். அதை விட்டு விட்டு இயல்பாக யாரெல்லாம் நன்றாகப் படிக்கிறார்களோ, யாருடைய குடும்பத்தில் இருந்து வரும் பிள்ளைகளுக்குப் படிப்பு ஏறுமோ அவர்களுக்குத்தான் பள்ளியில் இடம் என்கிறீர்கள். இது எப்படி இருக்கிறது என்றால், ஒரு மருத்துவமனையில் நோயாளிகளுக்கெல்லாம் இடமில்லை, ஆரோக்கியமாக உள்ளவர்களை மட்டும்தான் சேர்த்துக் கொள்வோம் என்று சொல்வது போலிருக்கிறது என்கின்றனர்.

அப்படி ஒரு மருத்துவமனை தேவையா என்று கேட்கிறார்கள். நோயாளிகளுக்குத்தான் மருத்துவமனை, அறியாமையிலே இருக்கிற பிள்ளைகளுக்குத்தான் பள்ளிக்கூடம். ஆரோக்கியமானவர்களை மட்டுமே சேர்த்துக் கொள்வோம் என்றால் அந்த மருத்துவமனை யால் எந்தப் பயனும் இல்லை.

இன்றைக்கும் ரத்தத்தோடும் சதையோடும் அவர்கள் எழுப்பும் கேள்விகள் நம் முன்னால் நின்று கொண்டிருப்பதைப்போல இருக்கிறது. கல்வி முறைகள் பற்றிய பல கேள்விகள் இன்னும் முடியாமல் இருக்கின்றன. கல்வி முறைகள் பற்றிய கேள்விகள்தான் அடுத்த தலைமுறையைச் சரியாக உருவாக்கும் என்பதை நாம் மறந்து விடக்கூடாது.

குழந்தையின்மை யார் குறை?

விஞ்ஞானத்தைச் சோதனைக் கூடங்களின் மூலமாகக் கண்டறிவது ஒரு வகை. விஞ்ஞானத்தின் போக்கு எப்படியிருக்கும் என்பதைத் தொலைநோக்கி உணர்வது இன்னொரு வகை.

பாலியல் செய்தி குறித்து வெளிப்படையாகப் பேசுவது, அதுவும் இளைஞர்களிடம் பேசுவது மிகவும் தவறானது என்று கருதிய காலம் ஒன்று உண்டு. ஆனால் இன்றைக்குப் பாலியல் செய்திகளைப் பேசாமல் இருப்பதுதான் தவறு என்கிற கருத்து வளர்ந்துகொண்டு இருக்கிறது.

ஆனால் அது குறித்து யார் பேசவேண்டும் என்பது முதன்மையானது. பேச வேண்டியவர்கள் பேசினால் சரியான தகவல்களை நாம் தெரிந்து கொள்ளலாம். பெரியவர்களும், மருத்துவர்களும், விஞ்ஞானிகளும் அது பற்றிப் பேசாமல் இருக்கிற காரணத்தால், விவரம் அறியாத இளைய பிள்ளைகள் தாங்களே ஒருவருக்கொருவர் பேசிக் கொள்கிறார்கள், அவர்கள் இரண்டு பேருக்குமே அதுபற்றித் தெரியாது என்பதுதான் அடிப்படையான உண்மை. இன்றைக்கு இணையத்தளம் போன்ற பல்வேறுவிதமான விஞ்ஞான வளர்ச்சிகள் வந்து விட்டாலும்கூட, அதை முறையாகவும், நாகரிகமாகவும் சொல்லிக் கொடுக்கிற மருத்துவர்கள் சமூகத்திற்கு எப்பொழுதும் தேவையாக இருக்கிறார்கள்.

அந்தப் பணியைத் தஞ்சையிலே இருக்கிற மருத்துவர் மோகன்தாஸ் அவர்கள் 'அறிந்துகொள்வோம் பாலியலை' என்கிற நூலின் மூலம் சரியாகச் செய்திருக்கிறார். திறம்படவும் அந்த நூலை அவர் எழுதியிருக்கிறார். ஒவ்வொரு இயல் தொடங்குகிறபோதும் திருவள்ளுவர் படமும், அதன் கீழே இருக்கிற குறளும், தமிழ் மரபு சார்ந்தும் பாலியல் சொல்லித் தரப்படுகிறது என்கிற நல்ல நம்பிக்கையையும், மகிழ்ச்சியையும் நமக்குத் தருகின்றன. தஞ்சையிலே இருக்கிற பண்பு நூலகம் வெளியிட்டிருக்கிற அந்தப் புத்தகம் பாலியல் தொடர்பான பல்வேறு செய்திகள் குறித்துப் பேசுகின்றது.

அதில் ஒரு செய்தி மலட்டுத் தன்மை பற்றியது. திருமணம் ஆகி, ஓராண்டாகியும் குழந்தை பிறக்கவில்லை என்றால் உடனே ஊராரும், உறவினரும், உற்றாரும் அந்தப் பெண்ணைப் பார்த்து மலடி என்று சொல்லத் தொடங்கி விடுவார்கள். அதற்குப் பெண்தான் காரணம். ஆண் எந்த விதத்திலும் காரணமில்லை என்று இந்தச் சமூகம் கருதியது. விஞ்ஞான, மருத்துவ வளர்ச்சிக்குப் பிறகுதான் அதில் இரண்டு பேருக்குமே பங்கு இருக்கலாம் என்பது புரிய வந்திருக்கிறது. குழந்தையின்மைக்கு எந்த அளவுக்கு யார்யாருக்குப் பங்கு இருக்கிறது என்பதை மருத்துவர் தெளிவாகச் சொல்கிறார். நாற்பது சதவீதம் பெண்கள் காரணமாக இருக்கலாம். நாற்பது சதவீதம் ஆண்களும் காரணமாக இருக்கலாம். ஒரு பத்துசதவீதம் இருவரும் சேர்ந்து காரணமாக இருக்கலாம். இன்னொரு பத்து சதவீதம் வேறுவிதமான சூழ்நிலைகள் காரணமாக இருக்கலாம்.

எனவே குழந்தை பிறக்கவில்லை என்றால் அதற்குப் பெண் மட்டும்தான் பொறுப்பு என்பதும், அவளை மலடி என்று சொல்லி இழிவுபடுத்துவதும் சமூக அறியாமையும், சமூகக் கொடுமையும் ஆகும் என்று அவர் விளக்குகிறார். மலடி என்ற சொல் இருக்கிறதே தவிர, சமூகத்திலே மலடன் என்று ஒரு சொல்லும் இல்லை. எனவே இதை மலட்டுத் தன்மை என்கிற பொருளிலே பேசவேண்டியதில்லை, அதை எப்படித் தீர்ப்பது என்பது பற்றித்தான் பேசவேண்டும்.

1950 களிலேயே அந்தச் சிந்தனை வருகிறது. ஆனாலும் கூட இரண்டு பெரிய மருத்துவ விஞ்ஞானிகள் இராபர்ட் எட்வர்ட்ஸ்

என்பவரும், பிரடெரிக் ஸ்டெப்டோ என்கிற இன்னொரு விஞ்ஞானியும் 1966 இல்தான் ஏறத்தாழ இதுகுறித்த ஆய்வில் ஒரு முடிவுக்கு வருகிறார்கள்.

எதனால் குழந்தை பிறக்கவில்லை என்பதற்குப் பல்வேறு காரணங்கள் உள்ளன. சர்க்கரை நோய்கூடக் காரணமாக இருக்கலாம். பெண்ணினுடைய கருக்குழாயிலுள்ள அடைப்பு மிகப் பெரும்பான்மையான காரணமாக இருக்கிறது. உயிரணுக்களைச் சினை முட்டைகளோடு சேரவிடாமல் அந்தக் கருக்குழாய்களிலே ஏற்படுகிற அடைப்புத் தடுக்கிறது. அதை நீக்கினால் குழந்தை பிறக்கும். அல்லது ஆண்களின் உயிரணுவையும், பெண்களின் சினை முட்டையையும், ஒரு சோதனைக் குழாயில் சேர்த்து வைத்துக் குழந்தையைப் பிறக்க வைக்கலாம் என்கிற வளர்ச்சி இன்று வந்துள்ளது.

ஆண்களின் உயிரணுக்கள் எண்ணிக்கை குறைவாக இருப்பதும் ஒரு காரணம். எண்ணிக்கை நிறைவாக இருந்தாலும் அது நகரும் வேகம் குறைவாக இருக்கலாம். அதில் இருக்கிற அமிலத்தன்மை, அந்த உயிரணுக்களை அழித்துவிடுவதும்

லூயிஸ் பிரவுன் குழந்தையாக

இன்னொரு காரணமாக இருக்கலாம். எனவே பல்வேறு காரணங்கள் இருக்கின்றன என்பதை எல்லாம் கண்டறிந்த பின்னர், சோதனைக் குழாய் முயற்சியும் நடைபெறுகிறது.

லூயிஸ் பிரவுனுக்கு இப்பொழுது வயது 32. யார் அந்த லூயிஸ் பிரவுன் என்று நாம் திகைக்க வேண்டியதில்லை. முதன் முதலாகச் சோதனைக் குழாயிலே பிறந்த அந்தக் குழந்தைதான் லூயிஸ் பிரவுன். 1978 ஆம் ஆண்டு ஜூலை மாதம் ஐந்தாம் தேதி லண்டனிலே இருக்கிற ஒரு மருத்துவமனையிலே பிறந்த அந்தக் குழந்தைக்கு இப்போது வயது 32.

இன்றைக்குச் சோதனைக் குழாயிலே எத்தனை குழந்தைகள் பிறந்திருக்கின்றன. எத்தனை மருத்துவமனைகளிலே அந்த வேலை நடந்து கொண்டிருக்கின்றன என்றால், உலகம் முழுவதும் ஏறத்தாழ 30 இலட்சம் மருத்துவமனைகளில் இப்படிச் சோதனைக் குழாய்க் குழந்தைகள் உருவாக்கப்படுகின்றன. ஐடிஎஸ் முறை என்றொரு முறையும், இக்சி முறை என்ற இன்னொரு முறையுமாக இரண்டு முறைகளில் அந்த மருத்துவ சிகிச்சைகள் நடத்தப்படுகின்றன. ஐடிஎஸ் முறை என்பது எளிமையாகப் பெண்களின் கருக்குழாயிலே இருக்கிற அடைப்பை நீக்குவது. அடுத்தது, சோதனைக் குழாய்களிலே குழந்தைகளைப் பிறக்க வைப்பது. இப்படி இந்த இரண்டு முறைகளில் இன்றைக்கு எல்லாவிதமான மருத்துவ முன்னேற்றங்களும் வந்துவிட்டதற்குப் பிறகு குழந்தையில்லை என்கிற நிலை குறைந்து கொண்டிருக்கிறது.

எப்படியிருந்தாலும் குழந்தைகளைப் பெற்றுக்கொள்ள முடியும், யாரையும், எந்த ஒரு பெண்ணையும் மலடி என்று சொல்லி இழிவு படுத்த வேண்டிய தேவையில்லை. அப்படி இழிவு படுத்தவும் கூடாது என்கிற அந்தச் செய்தியையும் சேர்த்து, மருத்துவச் செய்திகளை மட்டுமல்லாமல், சமுகச்செய்திகளையும் சேர்த்து மருத்துவர் மோகன்தாஸ் அவர்கள் இந்தப் புத்தகத்திலே எழுதியிருக்கிறார். அதில் இன்னொரு சிறப்பு என்னவென்றால், வள்ளுவர் படத்தையும், குறளையும் பயன்படுத்தியிருப்பது போலவே, தமிழகத்தின் சூழலுக்கு ஏற்றவகையில் சில செய்திகளையும் அந்தப் புத்தகத்திலே அவர் சேர்த்திருக்கிறார்.

சோதனைக் குழாய்க் குழந்தை என்பதே 50களில் எண்ணத்தில் உருவாகி, 60களில் சோதனைக்கு உள்ளாகி, 70களின் இறுதியிலேதான் நடைமுறைக்கு வந்தது. ஆனால் 1934 ஆவது ஆண்டு, இனிவரும் உலகம் என்றொரு சின்னப் புத்தகத்தை பெரியார் எழுதியிருக்கிறார். மருத்துவர் மோகன்தாஸ் தன்னுடைய நூலிலே அதனைக் குறிப்பிடுகிறார். 1934, உலகத்தினுடைய எந்த மூலையிலும், எந்த ஒரு விஞ்ஞானியினுடைய எண்ணத்திலும் இப்படிப்பட்ட கருத்து தோன்றாத காலத்தில், 'எதிர் வரும் காலங்களில் ஆணும் பெண்ணும் சேர்ந்துதான் குழந்தை பெற வேண்டும் என்கிற நிலை இல்லாமல், உயிரணுக்களையும் சினைமுட்டைகளையும் எடுத்துத் தனியாகவே சோதனைச் சாலைகளில் குழந்தையை உருவாக்குகிற காலமெல்லாம் வரத்தான் போகிறது' என்று பெரியார் எழுதியிருக்கிறார் என்பதை மருத்துவர் மோகன்தாஸ் குறிப்பிட்டு விட்டு, எப்படி இவரால் இப்படிச் சிந்திக்க முடிந்திருக்கிறது என்பது தெரியவில்லை என்பதையும் குறிக்கிறார்.

விஞ்ஞானத்தைச் சோதனைக் கூடங்களின் மூலமாகக் கண்டறிவது ஒரு வகை. விஞ்ஞானத்தின் போக்கு எப்படியிருக்கும் என்பதைத் தொலைநோக்கி உணர்வது இன்னொரு வகை. இரண்டையும் அந்தப் புத்தகத்திலே அவர் பதிவு செய்திருக்கிறார். அந்தப் புத்தகத்தினுடைய நோக்கம் பாலியல் செய்திகளை எளிமையாகவும், நாகரிகமாகவும் எல்லா வயதினருக்கும் எடுத்துச் சொல்வது என்பதுதான். அந்தப் புத்தகத்தைப் படித்து முடிக்கிறபோது எந்த ஒரு இடத்திலும், கொஞ்சமும் விரசத் தன்மை இல்லாமல், அறிவியல் தெரியாதவர்களும்கூட பாலியல் செய்திகளை அறிந்து கொள்ள முடிகிறது.

நமக்குத் துணிச்சல் இருக்குமானால், இந்நூலைப் பாடப் புத்தகமாகக் கூட வைக்கலாம். வைத்தால்தான் பிள்ளைகளுக்குப் பல்வேறு செய்திகள் சரியாகப் புரியும். ஒரு சமுதாயப் பார்வையோடும், அக்கறையோடும் அறிவியல் செய்திகள் அந்தப் புத்தகத்திலே எழுதப்பட்டிருக்கின்றன. அறிந்துகொள்வோம் பாலியலை என்பது அவசியமான ஒன்றாக இன்றைக்கு இருக்கிறது.

பூலான் தேவி

இந்திய சமுகத்திலே இருக்கிற வர்க்க வேறுபாடு, சாதி வேறுபாடு,பால் வேறுபாடு என்கிற மூன்றையும் பற்றிய செய்திகளை இந்தப் புத்தகம் நமக்குத் தருகிறது. சாதியக் கொடுமைகளுக்கு ஆளானவர்கள் உண்டு. மேல்தட்டுச் சாதியிலே பணக்காரப் பெண்ணாகப் பிறந்தாலும், பெண்ணாகப் பிறந்ததற்காகத் துன்பங்களை அனுபவித்த வர்கள் உண்டு. ஏழையாய்ப் பிறந்ததால் துன்பப்பட்டவர்கள் உண்டு. ஆனால் மூன்று நிலைகளிலும் துன்பங்களை அனுபவித்தவள் பூலான்தேவி

பூலான் தேவியைப் பற்றி அறியாதவர்கள் இந்தியாவிலே இருக்க முடியாது. அதுவும் பன்டிட் குயின் என்கிற பெயரில் அவரது வாழ்க்கைத் திரைப்படமாகவும் வந்ததற்குப் பிறகு, ஏறத்தாழ எல்லோருமே பூலான்தேவியைப் பற்றி அறிந்திருப்பார்கள். ஆனால் அறிய வேண்டிய விதத்தில் அறிந்திருக்கிறார்களா என்பதுதான் முகாமையானது.

பூலான்தேவி என்றால் அவள் ஒரு கொள்ளைக் காரி என்பதுதான் பலரும் அறிந்து வைத்திருக்கிற செய்தி. வேண்டுமானால் திரைப்படம் வந்த தற்குப் பிறகும், பரவலாக ஊடகங்களில் எழுதப்

பட்ட பிறகும், அவள் தன்னை யாரெல்லாம் கொடுமைப் படுத்தினார்களோ, அவர்களைப் பழிவாங்கிய ஒருத்தி என்கிற அளவிலே தெரிந்து வைத்திருக்கலாம். ஆனால் கோவையிலே இருக்கிற தமிழோசைப் பதிப்பகம் ஒரு திரைப்படத்தின் விறுவிறுப்புக்கு இணையாக 'நான் பூலான்தேவி' என்கிற புத்தகத்தைக் கொண்டுவந்திருக்கிறது. அந்தப் புத்தகத்திலே பல்வேறு செய்திகள் சொல்லப்பட்டிருக்கின்றன. அந்தப் புத்தகம் படிப்பதற்கு விறுவிறுப்பாக இருக்கிறது என்பதற்காக அல்ல, இந்தச் சமூகத்தினுடைய கொடுமைகளை எப்படி அது வெளிக்கொண்டு வந்திருக்கிறது என்பதற்காக படிக்கப்பட வேண்டிய ஒரு நூலாக இருக்கிறது.

சரியாய்ச் சொன்னால் அது ஒரு பெண்ணின் வாழ்க்கையை நமக்குச் சொல்லவில்லை. உத்திரப்பிரதேச மாநிலத்தினுடைய சமூக, பொருளாதார, அரசியல் நிலவரங்களை அப்படியே ஓர் ஆவணமாக நமக்கு எடுத்துக்கொண்டு வந்திருக்கின்றது.

பூலான் தேவியினுடைய வாழ்க்கையை நான்கு வகையாக நாம் பகுத்துக் கொள்ளலாம். மிகக் கொடுமையான சித்தரவதை களுக்கு அவள் உள்ளான காலகட்டம் முதல் பகுதி. யாரெல்லாம் தன்னை கொடுமைப்படுத்தினார்களோ அவர்களை எல்லாம் அதே மாதிரி சித்திரவதைகளுக்குப் பூலான் தேவி உள்ளாக்கிய காலகட்டம் இரண்டாவது பகுதி. தன்னுடைய ஜென்ம விரோதிகள் என்று அவள் கருதிய அந்த ஸ்ரீராம் தாக்கூர் உள்பட எதிரிகளை எல்லாம் பந்தாடிச் சிதைத்ததற்குப் பிறகு, மத்திய பிரதேச முதலமைச்சரின் முன்னிலையில் 1983 ஆம் ஆண்டு சரணடைந்து 91 ஆம் ஆண்டு வரையிலே குவாலியர் சிறையிலே

இருந்தது மூன்றாவது பகுதி. சிறையை விட்டு வெளிவந்த பிறகான அவளுடை வாழ்க்கை என்பது நான்காவது பகுதி.

இதிலே முதல் இரண்டு பகுதிகள்தான் அந்தப் புத்தகத்திலே விரிவாகச் சொல்லப்பட்டிருக்கின்றன. அதிலும் பூலான் தேவியின் வாழ்க்கைக் குறிப்புகளை எல்லாம் அவள் சொல்லச் சொல்லக் கேட்டு யார் எழுதியிருக்கிறார்கள் என்றால், பிரான்சு நாட்டைச் சேர்ந்தவர்கள் அதை முதலில் பிரெஞ்ச் மொழியிலே எழுதியிருக்கிறார்கள். அந்தப் பிரதேசத்தின் வழக்காற்றுச் சொற்களைக்கூட எப்படி அத்தனை இயல்பாகப் பிரெஞ்ச் மொழியிலே கொண்டு வந்தார்கள் என்று தெரியவில்லை. பிறகு இந்நூல் பிரெஞ்ச் மொழியிலே இருந்து ஞான் பூலான்தேவி என்று மலையாளத்திலே மொழி பெயர்க்கப்பட்டது. பிரெஞ்ச் எழுத்தாளரான பால்ராம் பாலியினுடைய நூல், மலையாளத்திலே மொழிபெயர்க்கப்பட்டு, மலையாளத்திலே இருந்து புகழேந்தி அதைத் தமிழில் கொண்டு வந்து தந்திருக்கிறார். எனவே மூன்று மொழி மாற்றத்திற்குப் பிறகு வந்திருக்கிற அந்தப் புத்தகம் பல அதிரவைக்கின்ற உண்மைகளை நமக்குத் தருகிறது.

எதற்காக பூலான்தேவி கொடுமைப்படுத்தப்பட்டாள், சித்தரவதைக்கு ஆளானாள் என்பதுதான் நமக்கு முன்னால் இருக்கிற முதல் செய்தி. மூன்று காரணங்களுக்காக அந்தக் கொடுமைகள் நடத்தப்பட்டன. அவள் ஒரு பெண்ணாய்ப் பிறந்ததற்காக. அதுவும் தாழ்த்தப்பட்ட சமுகத்தில் பிறந்ததற்காக. அதிலும் ஏழையாய்ப் பிறந்ததற்காக. இந்த மூன்று காரணங் களுக்காகத்தான் அவள் சூறையாடப்பட்டாள் என்பதைத்தான் அந்தப் புத்தகத்தின் ஒவ்வொரு பக்கமும் நமக்குச் சொல்கிறது.

இந்திய சமுகத்திலே இருக்கிற வர்க்க வேறுபாடு , சாதி வேறுபாடு, பால் வேறுபாடு என்கிற மூன்றையும் பற்றிய செய்திகளை இந்தப் புத்தகம் நமக்குத் தருகிறது. சாதியக் கொடுமைகளுக்கு ஆளானவர்கள் உண்டு. மேல்தட்டுச் சாதியிலே பணக்காரப் பெண்ணாகப் பிறந்தாலும், பெண்ணாகப் பிறந்ததற்காகத் துன்பங்களை அனுபவித்தவர்கள் உண்டு. ஏழையாய்ப் பிறந்ததால் துன்பப்பட்டவர்கள் உண்டு. ஆனால் மூன்று நிலைகளிலும் துன்பங்களை அனுபவித்தவள் பூலான் தேவி என்பதுதான் அந்தப் புத்தகத்தினுடைய சாரம்.

தாக்கூர் என்கிற உயர் சமுகத்தினர் என்பவர்களுக்கும், மல்லா என்கிற தாழ்த்தப்பட்ட சமூகத்தினருக்கும் இடையில் நடைபெற்ற ஒரு போராகக்கூட இது காணப்படுகிறது. தாக்கூர் என்பவர்கள் உயர்ந்த சாதியினராக இருக்கிறார்கள். பணக்காரார் களாக இருக்கிறார்கள். அந்த ஆண்கள்தான் பூலானைக் கொடுமைப்படுத்துகிறார்கள். அதே தாக்கூர் சாதியிலே, நல்லவர்களாக, விதிவிலக்காக இருக்கிற ஓரிருவரைக்கூட அந்தப் புத்தகம் அடையாளம் காட்டுகிறது. இறுதியாகச் சரணடையப் போவதற்கு முன்புகூட தாக்கூர் ஒருவரிடம் சென்று அறிவுரை கேட்டபிறகுதான் பூலான்தேவி சரணடைகிறாள். எனவே விதிவிலக்காகத்தான் இப்படி ஒரு சிலர் இருக்கிறார்களே தவிர, விதியாக என்ன இருக்கிறது என்றால் தாக்கூர்கள் அனைவருமே இந்தப் பெண்ணைக் கொடுமைப்படுத்தினார்கள் என்பதுதான்.

கடைசியாக ஸ்ரீராம் என்கிற ஒருவனைப் பிடிப்பதற்காக அவள் தன்னுடைய தோழர்கள் மான்சிங், மீர்சாகின், பல்வான் போன்றவர்களோடு முயற்சி செய்தும் அவன் தப்பித்துவிட, பிறகு அவனுக்கு அடைக்கலம் கொடுக்கிற ஒரு கிராமத்துத் தலைவனைப்போய் அவர்கள் சூழ்ந்து கொள்கிறார்கள். மாறுவேடத்திலே காவல்துறையினரைப் போலச் செல்கிறார்கள். அப்போதும் அந்தக் கொடுமை நமக்கு அப்படியே புலப்படுகிறது. அவர்கள் காவல் அதிகாரிகளைப் போல வந்தவுடனே, அவர்களுக்கு அந்தக் கிராமத்துத் தலைவன் லஞ்சம் கொடுக்கிறான். லஞ்சம் மட்டும் போதாது, எங்கள் மேலதிகாரிகள் அனுபவிப்பதற்குப் பெண்கள் வேண்டும் என்று சொல்லும் போது, கிராமத் தலைவன் சொல்கிறான் 'அதற்கென்ன. ஏராளமான தாழ்த்தப்பட்ட வகுப்பைச் சார்ந்த பெண்கள் இருக்கிறார்கள். உடனே அழைத்து வருகிறேன்' என்கிறான். அப்பொழுது ஆண் வேடத்திலே இருக்கிற பூலான் , 'எவ்வளவு பணம் கொடுக்க வேண்டும்' என்று கேட்கிறாள். அதற்கு அவன், 'அந்த நாய்களுக்குப் பணமெல்லாம் ஒன்றும் வேண்டாம். நாம் எப்போது வேண்டுமானாலும் அனுபவித்து விட்டு அனுப்பி விடலாம்' என்கிறான். அவனை எப்படி பூலான் தேவி பழிவாங்கினாள் என்பதை அந்தப் புத்தகத்தின் பல பக்கங்கள் கூறுகின்றன. படிக்கிற போதே நமக்கு நடுக்கமாக இருக்கிறது. ஆனாலும் அந்தக் காயமும், வலியும், ரத்தமும் அந்தப்

பெண்ணுக்குத்தான் தெரியும் என்பதனாலே, தான் பட்ட வேதனைகளை அப்படியே அவனுக்குத் திருப்பித் தருகிறாள்.

அவனை நிர்வாணமாக நடத்தி வருகின்றாள். ஏனென்றால் பூலான்தேவி அப்படித்தான் நிர்வாணமாக வீதிகளிலே நடத்தி வரப்பட்டாள். ஊர்க்கிணற்றிலே பலர் பார்க்க நிர்வாணமாக நீர் இறைக்க வேண்டுமென கட்டாயப்படுத்தப்பட்டவள். 27 பேர் தொடர்ந்து தன்மீது நடத்திய பாலியல் வல்லுறவுக் கொடுமைகளை எல்லாம் அனுபவித்தவள். எனவே இதுபோன்ற மக்கள் விரோதிகளை ஏதாவது செய்ய வேண்டும் என்கிற கோபம் அவள் நெஞ்சில் கனலாய் எரிகிறது. அந்தக் கிராமத் தலைவனின் பிறப்புறுப்பையே அறுத்துவிடுகிறாள். அவனை நிர்வாணமாகத் தெருவில் நடக்க விடுகிறாள். இந்தக் காட்சிகள் எல்லாம் பழிக்குப் பழி வாங்குகிற கொடூரமான காட்சிகளாகத்தான் இருக்கின்றன. ஆனால் இவர்களை வேறுவழியில் திருத்த முடியாது என்று பூலான்தேவி கருதுகிறாள். பூலான்தேவியின் வாக்குமூலத்திலேயே சொல்லவேண்டுமானால், 'நான் என்னை நல்லவள் என்று சொல்லவில்லை. ஆனால் எப்போதும் நான் கெட்டவளாயில்லை. என்னை யாரெல்லாம் கொடுமைப்படுத்தி னார்களோ அவர்களை எல்லாம் துர்க்கா தேவியின் முன்னிலை யில் பழிவாங்கினேன் அவ்வளவுதான்' என்று குறிப்பிடுகிறாள்.

கடைசியாகச் சரணடைகிறபோது அந்த மேடையிலே வினோபாவேயின் படம், காந்தியாரின் படம், துர்க்காதேவியின் படம் இருக்கிறது. பூலான்தேவி சொல்லுகிறாள், 'மத்தியப் பிரதேசத்தின் முதல்வர் முன்னிலையில் நான் சரணடைந்தாலும், என் மனத்திற்குள் நான் துர்க்காதேவியின் முன்னிலையிலேதான் சரணடைந்தேன்.' இங்கே துர்க்காதேவியின் மீதான பூலான் தேவியின் பக்தி வெளிப்படுகிறது.

எனவே இதை ஒரு விறுவிறுப்பான கதையாக அல்ல, பழிக்குப் பழி வாங்குகிற கொடூரமாக அல்ல, வர்க்கமும், சாதியும், பால் வேறுபாடும் எந்த அளவுக்கு இந்தச் சமூகத்திலே ஆதிக்கம் செலுத்தியிருக்கின்றன என்பதை உணர்த்துகிற ஒரு புத்தகமாகவே நாம் பார்க்க வேண்டும்.

சின்ன மின்னல்கள்

ஒவ்வொரு பெண்ணும் இப்படித் தீயிலே குதித்துக் கற்பை மெய்ப்பிக்க வேண்டும் என்று சொன்னால், சாம்பல்தான் மிஞ்சுமே தவிர, கற்பு மிஞ்சாது. இதுவே அறிவியல் உண்மை.

வள்ளுவரோடு வரலாறு நின்று போய் விடவில்லை. கம்பனோடு காலம் கரைந்து போய் விடவில்லை. மறுபடியும் மறுபடியும் புதிய செய்திகள் காலமாற்றத்திற்கு ஏற்ப வந்து கொண்டேதான் இருக்கின்றன.

இலக்கியம் வாழ்தலுக்கு அதனுடைய உள் ளடக்கம் மிக முக்கியம். உள்ளடக்கம் மட்டும்தான் முக்கியம் என்று கருதிவிடக் கூடாது. அதே அளவுக்கு வடிவமும் முக்கியம். நாம் என்ன சொல்லுகிறோம் என்பது எவ்வளவு சிறப்புடை யதோ, அதே அளவுக்கு அதை எப்படிச் சொல்லு கிறோம் என்பதும் முக்கியமானது. எப்படிச் சொல்லுகிறோம் என்பதை அந்த இலக்கியத்தி னுடைய வடிவம் தீர்மானிக்கிறது. அது கதை யாய், கட்டுரையாய் இருக்கலாம், கவிதையாய், நாடகமாய் இருக்கலாம். ஒவ்வொன்றும் ஒரு வடிவத்திலே இருக்கின்றன.எல்லா வடிவங்களி லேயும் புதிய புதிய முயற்சிகள் காலந்தோறும் நடைபெற்றுக் கொண்டே இருக்கின்றன.

ஒரு காலத்தில் நம்முடைய தமிழ் இலக்கியத்திலே மிக நீண்ட பாடல்கள் இருந்தன. பிறகு குறுந்தொகை

போன்ற மிகச் சிறிய பாடல்களும் வந்து சேர்ந்தன. ஒரு பக்கத்திலே குறுந்தொகை, ஐங்குறுநூறு போன்ற சிறிய பாடல் வடிவங்கள். இன்னொரு பக்கத்திலே மதுரைக் காஞ்சி போன்ற நெடிய பாடல்கள். பாடத் தொடங்கினால் 600 வரிகளுக்கு அந்தப் பக்கம் போய்த்தான் அந்தப் பாடல் நிற்கும். மதுரைக் காஞ்சி என்பது ஒரே ஒரு பாட்டுத்தான். ஆனால் அந்தப் பாட்டினுடைய நீளம் 600, 700 அடிகளுக்கு நீண்டு கொண்டிருக்கிறது என்பதை நாம் அறிகிறோம். எனவே நீண்ட பாடல்கள் ஒரு விதமான முயற்சி என்றால், சுருக்கமான பாடல்கள் இன்னொரு விதமான முயற்சி. வெண்பா நான்கு வரிதான். குறளோ அதனினும் குறைத்து ஒன்றே முக்கால் வரிதான். அதனினும் குறைத்து அவ்வையார் ஆத்திசூடி என்கிற இன்னொரு வடிவத்தை முயற்சி செய்தார். அது ஓரடியில் அடங்கும்.

மிக அண்மையில் ஜப்பானிலே இருந்து ஹைக்கூ என்கிற கவிதை வடிவத்தை நமது கவிஞர்கள் உள்வாங்கி, அதைத் தமிழ் மரபுக்கு ஏற்ப வழங்க முயற்சி செய்தார்கள். ஹைக்கூ என்றால் குறும்பா அல்லது துளிப்பா என்று சொல்கின்றனர். அப்படிச் சின்ன சின்னப் பாடல்களை எழுதும் கவிஞர்களும் இன்றைக்கு நம் காலத்திலே வாழ்கிறார்கள்.

கவிஞர் தணிகைச் செல்வன் அண்மையில் ஒரு கவிதைப் புத்தகத்தை வெளியிட்டிருக்கிறார். 'புறப்படல் கோரும் புறப்பாடல்' என்பது அந்தப் புத்தகத்தினுடைய தலைப்பு. அந்தப் புத்தகத்திலே குறட்கூ என்று ஒரு வடிவத்தை அவர் முயற்சி செய்திருக்கிறார். ஹைக்கூ என்பதைப் போல, குறட்கூ என்று அந்தப் பாடல்களுக்கு அவர் பெயர் வைத்திருக்கிறார். குறள் போல மிகக் குறுகிய வடிவமுடையது. குறள் வடிவத்தில் கூவுதல் என்பதைத்தான் குறட்கூ என்று நான் குறிப்பிடுகிறேன் என்று அவர் சொல்கிறார்.

கவிதைகள் என்று சொல்வதைவிட ஏறக்குறைய இன்னொரு ஆத்திச் சூடி மாதிரி என்று சொல்லலாம். இரண்டு வரிகளில் நான்கு சீர்களில் அந்தக் கவிதைகள் பல்வேறு செய்திகளை நமக்குக் கூறுகின்றன. இது ஒரு சோதனை முயற்சி. இலக்கிய வடிவங்களிலே எப்போதும் சோதனை முயற்சிகள் நடந்து கொண்டே இருக்கும். அப்படி ஒரு சோதனை முயற்சியாகக்

கவிஞர் தணிகைச் செல்வன் குறட்கூ என்றொரு கவிதை வடிவத்தை அறிமுகப்படுத்துகிறார். எந்த அளவுக்கு வடிவம் சுருங்குகிறதோ அந்த அளவுக்கு அதை இயற்றுவது கடினம். கடுகு சிறுத்தாலும் காரம் சிறுக்காமல் பார்த்துக் கொள்ள வேண்டிய கடமை கவிஞர்களுக்கு வந்து சேர்கிறது.

ஒரு குறட்கூ,

ஏழைச்சிறுமியின் பாடநூல்
கீரைக் கூடை விழுங்கி விட்டது !

என்று சொல்கிறது. அவ்வளவுதான். ஏழைச்சிறுமியின் வறுமை அவளுடைய படிப்பைத் தடுத்து விட்டது. கல்வியும் பொருளாதாரமும் ஒன்றுக்கொன்று முரண்பட்டதாக இந்தச் சமூகத்திலே இருக்கின்றன என்பதை இந்த இரண்டு வரிகளிலே அவர் குறிப்பிடுகிறார். இதைப்போன்ற ஏராளமான குறட்கூக் களை அந்தப் புத்தகத்திலே அவர் எழுதியிருக்கிறார்.

இராமன், இராவணன், சீதை என்கிற அந்தத் தொன்ம படிமங்களை வைத்துக் கொண்டு அவர் எழுதியிருக்கின்ற அந்த இரட்டை இரட்டை வரிகள், நம் நெஞ்சிலே அப்படியே பதிந்து விடுகின்றன. சீதையின் கற்புக்கு காவலனாக இருந்தவன் யார், அது குறித்து ஐயப்பட்டவன் யார் என்பதை இராமாயணம் அறிந்தவர்கள் அறிவார்கள்.

இராவணன் காத்த கற்பை
இராமன் அழித்தான் தீயில்

என்பது ஒரு குறட்கூ. இராவணன்தான் கற்பைக் காத்திருக்கிறான். சீதை தன்னிடத்திலே இருக்கிற நேரத்திலே, இராவணன் சீதையை எந்தவிதப் பாலியல் வல்லுறவுகளுக்கும் உட்படுத்தாமல் வைத்திருந்திருக்கிறான். இராவணன் காத்த கற்பை இராமன் அழித்தான் தீயில் என்று, வழக்கமாக இருக்கின்ற சிந்தனைக்கு முரண்பட்டு, ஒரு முரண்சிந்தனையை மிக அழகாக இந்த இடத்திலே அவர் தொடுத்திருக்கிறார். எப்போது சீதையை நெருப்பிலே குளிக்கச் சொன்னானோ, அப்போதே இராமன், சீதையின் கற்பை மற்றவர்களுக்காகச் சோதனை செய்கிறேன் என்று சொன்னாலும், அவள் கற்பை அவன் சந்தேகித்தவனாகிறான். எனவே இராவணன் காத்த கற்பை இராமன்தான் தீயில் அழித்தான் என்று அந்தக் குறட்கூ சொல்கிறது.

அதே செய்தியை வைத்துக் கொண்டு இன்னொரு இடத்திலே அவர் சொல்லுகின்றார், தீக்குளித்ததனாலே என்ன நடந்தது, அவளுடைய நல்ல நடத்தை மெய்ப்பிக்கப்பட்டது என்பது மாத்திரம் அன்று, அந்தத் தீக்குளித்தல் எதற்குச் சான்றாக இருக்கிறது என்றால், தன்னடத்தைக்கும், இராவணன் நன்னடத்தைக்கும் சான்று என்று சொல்லுகிறபோது அந்தச் செய்தி மிகவும் சிறப்பாக இருக்கிறது.

தீக்குளித்து வெளியிலே வந்து, தான் கற்புடையவள் என்று சீதை மெய்ப்பிக்கிறாள். இது ஒரு பழைய தொன்மம். ஒவ்வொரு பெண்ணும் இப்படித் தீயிலே குதித்துக் கற்பை மெய்ப்பிக்க வேண்டும் என்று சொன்னால், சாம்பல்தான் மிஞ்சுமே தவிர, கற்பு மிஞ்சாது. இதுவே அறிவியல் உண்மை. ஆக இராவணனும் யோக்கியனாக இருந்திருக்கிறான் என்பதைத்தான் தீக்குளிக்கிற

செய்தி காட்டுகிறது என்று தணிகைச் செல்வன் ஒரு புதிய கோணத்தில் அதைப் பார்க்கிறார்.

மிக அருமையான இன்னொரு குறட்கூவை இங்கே குறிப்பிட வேண்டும். ஓரிடத்திலே அவர் எழுதுகிறார்,

இரண்டு குவளைகள்
ஒரே கல்லாப் பெட்டி !

என்பதுதான் அந்தக் கவிதை.

இந்த இரண்டு வரிகளுக்குள்ளே தமிழ்ச்சமூகம், இந்திய சமூகம், சாதியச் சமூகம் எல்லாம் எந்தளவிற்குக் கீழிறங்கி இருக்கின்றன என்பதை நம்மால் உணரமுடிகிறது. இவனுக்கு ஒரு குவளை, அவனுக்கு ஒரு குவளை, இவன் மேல்சாதி, அவன் கீழ்ச்சாதி என்று கற்பிக்கிறது இந்தச் சமூகம். குவளைகளைத் தானே நீ இரண்டாக வைத்துக்கொள்கிறாய். அவர்கள் கொடுக்கிற பணம் ஒன்றாய்த்தானே இருக்கிறது. அவன் மேல்சாதி, இவன் கீழ்ச்சாதி என்று சொல்கிற இந்தச் சமூகம் அவர்கள் இருவரின் பணத்திற்கு மட்டும் ஒரே மதிப்பைத்தான் கொடுக்கிறது.

இன்றைக்கும் இரட்டைக் குவளைகள் நிறைய கிராமங்களில் இருக்கின்றன. இரட்டைக் குவளைகள் இருகின்ற வரை தமிழ்ச்சமூகம் நாகரிகமான சமூகம் என்று ஒரு நாளும் நாம் சொல்லிக் கொள்ள முடியாது. மனிதனைப் பிறப்பால் இன்றைக்கும் நாம் வேறுபடுத்துகிறோம் என்பது ஒரு வெட்கக் கேடான செய்தி. பிறப்பொக்கும் எல்லா உயிர்க்கும் என்னும் குறள் வரி, செம்மொழி மாநாட்டின் முதன்மை வரியாக பயன்படுத்தப் பட்டிருப்பதற்கான நோக்கம், இனியாவது இரட்டைக் குவளைகள் இந்த மண்ணிலே இருக்கக்கூடாது என்பதுதான்.

பிளாசிப்போர்

மூவாயிரம் பேர் எப்படி 50 ஆயிரம் பேர்களை வெற்றி கொண்டார்கள்? 50 ஆயிரம்பேர் கொண்ட படை என்று அறிந்த பின்பும் இராபர்ட் கிளைவ் எப்படித் துணிச்சலோடு அங்கு போனார்? வரலாறு நமக்குத் துல்லியமாக விடை சொல்கிறது.

1757 ஆவது ஆண்டு நடைபெற்ற பிளாசிப் போர் என்பது இந்திய வரலாற்றில் மிக முக்கியமான ஒன்று. அந்தப்போர் என்னவோ சில மணி நேரங்கள்தான் நடைபெற்றது. ஆனாலும் அந்தப் போர்தான் இந்திய வரலாற்றை இன்னொரு விதத்தில் புரட்டிப் போட்டது என்று வரலாற்று ஆசிரியர்கள் குறிப்பிடுகிறார்கள்.

அந்தப் போருக்கான மிகப்பெரிய முக்கியத் துவங்கள் இரண்டு. ஒன்று, அந்தப் போருக்குப் பின்னர்தான் ஆங்கிலேயர்கள் இந்தியாவில் அழுத்தமாய்க் காலூன்றத் தொடங்கினார்கள். இரண்டாவது, அந்தப் போர் நடத்தப்பட்ட முறை இருக்கிறதே, உலகத்தில் மிக இழிவான முறைகளில் அதுவும் ஒன்றாக இருந்தது. எனவே இந்த இரண்டு காரணங்களால் பிளாசி யுத்தம் என்பது வரலாற்று நூல்களில் மட்டுமல்லாமல், ஒவ்வொரு பாடப்புத்தகத்திலும் சொல்லப் படுகிற செய்தியாக இருக்கிறது.

பிளாசி என்கிற அந்த ஊர் கல்கத்தாவிற்கும், முர்சிதா பாத்திற்கும் இடையில் இருக்கிற ஒரு சிற்றூர். இராபர்ட் கிளைவ் தலைமையிலான ஒரு படையும், வங்காள நவாபினுடைய படையும் அங்கே மோதிக் கொண்டன. வங்காள நவாபின் படையில் ஏறத்தாழ 50 ஆயிரம் படைவீரர்கள் அணிவகுத் திருந்தனர். ஆனால் ராபர்ட் கிளைவிடம் வெறும் மூவாயிரம்பேர், அதிலும் 800 பேர் மட்டும்தான் ஐரோப்பாவைச் சேர்ந்தவர்கள். 2200 பேர் இந்தியச் சிப்பாய்கள். மிகப்பெரும்பான்மை யானவர்கள் தமிழ்நாட்டுச் சிப்பாய்கள்.

அந்தப் போரில் ராபர்ட் கிளைவ்தான் வெற்றி பெற்றார் என்பது ஒரு வியப்பான செய்தி. மூவாயிரம் பேர் எப்படி 50 ஆயிரம் பேர்களை வெற்றி கொண்டார்கள்? 50 ஆயிரம்பேர் கொண்ட படை என்று அறிந்த பின்பும் இராபர்ட் கிளைவ் எப்படித் துணிச்சலோடு அங்கு போனார்? வரலாறு நமக்குத் துல்லியமாக விடை சொல்கிறது.

நேர் முறையில் வெற்றி பெற முடியாது என்பதை ராபர்ட் கிளைவ் மிகத் தெளிவாக உணர்ந்திருந்தார். வேறுவிதமான முறையில்தான் அந்தப் போர் நடக்கப்போகிறது என்பது இவரோடு இருந்த சிப்பாய்களுக்குக் கூடத் தெரியாது. நவாப் தன்னிடத்திலே மிகப்பெரிய படை இருந்த காரணத்தினால், கொஞ்சமும் கவலைப்படாமல் இருந்தார். ஆனால் அவருக்குத் துரோகம் செய்யவிருக்கிற மீர்ஜாபர் அவர் கூடவே இருக்கிறார் என்பதை அன்றைக்கு அந்த நவாப் அறியவில்லை. மீர்ஜாபரை

நம்பித்தான் நவாப் படைக்களத்திற்கு வந்தார். அதே மீர்ஜாபரை நம்பித்தான் இராபர்ட் கிளைவும் போர்க்களத்திற்குப் போனார் என்பது வரலாற்றில் ஒரு புதிய செய்தி.

அதுமட்டுமல்லாமல் அந்தப் போர் நடக்கிறபோது இன்னொரு பெரிய நிகழ்வும் நடைபெற்றது. ஒரு கடுமையான புயல் தாக்கிற்று. அந்தக் கடுமையான புயல் தாக்கியபோது துப்பாக்கிகளின் வெடிமருந்துகள் எல்லாம் நமநமத்துப் போயின. எனவே அங்கேயிருந்த இந்தியச் சிப்பாய்களினுடைய, ஐரோப்பியச் சிப்பாய்களினுடைய துப்பாக்கிகள் வெடிக்கும் என்பதற்கு எந்தவிதமான உத்தரவாதமும் இல்லை. ஆகையினாலே நவாபினுடைய வெற்றி ஏறத்தாழ உறுதிப்படுத் தப்பட்டுவிட்டது என்று கருதுகிறபோது, மீர் ஜாபர் ஏராளமான சிப்பாய்களுக்கு லஞ்சம் கொடுத்து அவர்களைச் செயலற்ற வர்களாக்கினான். இன்னும் சொல்லப்போனால் பல சிப்பாய்கள் நவாபுக்கு எதிராகவே, தங்கள் சொந்த நாட்டிற்கு எதிராகவே தங்கள் துப்பாக்கியைத் திருப்பினார்கள்.

இதனை எதிர்பார்க்காத வங்காள நவாப் நிலைகுலைந்து போனார். தன் படையினரே தனக்கு எதிராக வந்து நிற்பார்கள் என்று அவர் கருதவில்லை. எனவே அவர் அந்த பிளாசி என்கிற இடத்தை விட்டே ஓடத் தொடங்கினார். இறுதியிலே பீகாருக்கு அருகிலே பிடிபட்ட அந்த வங்காள நவாபை மிகக் கொடூரமான முறையிலே கொன்றுவிட்டார்கள்.

இதற்குப் பிறகுதான் இராபர்ட் கிளைவ் மெல்ல மெல்ல முழுமையாக இந்தியாவைப் பிடிக்கத் தொடங்கினார். இந்த இடத்திலே இன்னொரு செய்தியையும் நாம் கவனமாகக் குறித்துக்கொள்ள வேண்டும். துரோகத்திற்கு எப்படிப் பிளாசி யுத்தம் ஓர் அடையாளமாக இருக்கிறதோ, அதைப்போலவே வீரமரணத்திற்கும் பிளாசி யுத்தம் ஓர் அடையாளமாக இருக்கிறது.

வெற்றி பெற்ற பிறகு, மீர்ஜாபர் படைகளுக்கெல்லாம் பரிசுகளை வழங்கினான். ஐரோப்பியர்களுக்கு ஆளுக்கு நாற்பது ரூபாய், இந்தியச் சிப்பாய்களுக்கு வெறும் ஆறு ரூபாய் என்று வழங்கினான். இருநூற்றைம்பது ஆண்டுகளுக்கு முன்பு நாற்பது ரூபாய் என்பது மிகப்பெரிய தொகை. இந்தியச் சிப்பாய்கள் அதற்கு எதிராக வெகுண்டு எழுந்து குரல் எழுப்பினர். பொதுவாக இராணுவத்திலே இருக்கிறவர்கள் எதையும்

எதிர்த்துக் குரல் கொடுக்கக் கூடாது என்பதுதான் நியதி. அதையும் மீறித் தங்களுக்கு இழைக்கப்படுகிற அநீதிக்காக அவர்கள் குரல் கொடுத்தார்கள். பிறகு ஆறு ரூபாய் என்பது இருபது ரூபாயாக மாற்றப்பட்டது. ஆனால் அந்த இருபது ரூபாயும் கொடுக்கப்பட வில்லை என்பதனாலே, கோபம் கொண்ட சிப்பாய்கள், ஆங்கில அரசுக்கு எதிராகத் தங்களின் குரலை உயர்த்தினார்கள். அப்போது அவர்களுக்கு என்ன தண்டனை விதிக்கப்பட்டது, அந்தத் தண்டனையை அவர்கள் எப்படி எதிர்கொண்டார்கள் என்பதையும் பிளாசிப் போர் நமக்குக் காட்டுகிறது.

குறிப்பாக 24 பேர் அதை எதிர்த்துத் போராடத் தாங்கள் தயார் என்று எழுந்தபோது, அந்த 24 பேருக்கும் இராணுவ நீதிமன்றம் வழங்கிய கொடுமையான தீர்ப்பு என்னவென்றால், 'இவர்களை பீரங்கி வாயிலே வைத்துச் சுட்டுத் தள்ளுங்கள்' என்பதுதான். மேஜர் மன்றோ கொடுத்த தீர்ப்பு அது. பீரங்கி வாயிலே வைத்துச் சுட்டுத்தள்ளுங்கள் என்றுசொன்னவுடனே அத்தனை பேரும் அச்சப்பட்டு பின்வாங்கி விடுவார்கள் என்று ராபர்ட்கிளைவும் மற்றவர்களும் கருதினார்கள். ஆனால் அந்த 24 பேரிலே இருந்து நான்குபேர் முன்னே வந்தார்கள். எப்படி நாங்கள் போருக்கு முன்னே நின்றோமோ, அதுபோலச் சாவுக்கும் முன்னே நிற்கிறோம் என்று வந்தார்கள்.

அந்த நான்கு பேரையும் பீரங்கி வாயிலே வைத்துக் கட்டிச் சுட்டபோது, அவர்கள் இரத்தமும் சதையுமாய்ச் சிதறிப் போனார்கள். அதைப் பார்த்ததற்குப் பிறகும் அச்சப்படாமல் சாவுக்கு அணியமாக அடுத்த இருபது பேரும் வந்தார்கள். அந்த இருபது பேரும் அதே போலக் கொல்லப்பட்டார்கள் என்பதும், பிளாசிப் போர் நமக்குத் தருகிற ஒரு மிகப்பெரிய செய்தி. எனவே இந்தியாவினுடைய மிகப்பெரிய துரோகமும் அங்கே தொடங்கிற்று. இந்தியாவினுடைய, தமிழக வீரர்களினுடைய மிகப்பெரிய வீரமும் அங்கே தொடங்கிற்று என்பதை நாம் பார்க்கலாம்.

எனவேதான் ஜவஹர்லால் நேரு தான் எழுதிய டிஸ்கவரி ஆப் இந்தியா என்கிற புத்தகத்தில், 'அவர்களின் வெற்றி அநாகரிகமாகவும், மோசமான வழிகளிலும் தொடங்கப்பட்டது' என்று எழுதுவார்.

சுவரெழுத்துச் சுப்பையா

'தன் வாழ்நாளெல்லாம் பொதுமக்களின் நன்மைக்காகவே பெரியார் உழைக்கிறார். பொதுமக்களுக்காகவே பாடுபடுகிறார். பொது மக்களுக்காகவே கருத்துகளைச் சொல்லுகிறார். பொது மக்களுக்காகச் சொல்லப்படுகிற கருத்து களை, பொதுமக்களின் சுவர்களில் எழுதாமல் வேறு எங்கு எழுதுவது?'

திராவிடர் கழகத்தினுடைய பொதுச்செயலாளர் கவிஞர் கலி.பூங்குன்றன் அவர்கள் ஒரு பெரியவ ருடைய படத்தைக் காட்டி இவர் யார் தெரிகிறதா என்று கேட்டபோது, உற்றுப் பார்த்தேன், எனக்குத் தெரியவில்லை. பிறகு அந்தப் பெரியவ ருடைய பெயரை அவர் சொன்னார். கேட்டவுடன் என் உடம்பில் ஒரு மின்சாரம் பாய்ந்தது என்று சொல்லவேண்டும்.

அந்தப் பெயரைத் தமிழகம் அறிந்திருக்குமா என்று எனக்குத் தெரியாது. என் வயதினரே அறிந்திருப்பார்களா என்றுகூடத் தெரியாது. இளைய தலைமுறையினர் தெரிந்திருக்க வாய்ப்பு இல்லை. அந்தப் பெரியவரின் பெயர் சுவரெ ழுத்துச் சுப்பையா. என் வாழ்க்கையில் பெரிய மாற்றங்களை, என் சிந்தனையில் பெரிய கிளர்ச்சியை ஏற்படுத்தியது அந்த சுவரெழுத்துச் சுப்பையாதான். அவருடைய படத்தைக்கூட இதுவரையில் நான் பார்த்ததில்லை. அவர் யார், எங்கேயிருந்தார், என்னவாக இருந்தார் என்பன போன்ற எந்த விவரங்களும் எனக்குத் தெரியாது.

நான் காரைக்குடியில் பள்ளிக்கூடத்தில் படிக்கிறபோது, சிறுவனாக இருந்த நேரத்தில், அவர் அங்கே சுவர்களிலே எழுதி வைத்திருந்த அந்த எழுத்துகள் என்னிடத்திலே மிகப்பெரிய தாக்கத்தை ஏற்படுத்தின.

தார் கொண்டு சுவர்களிலே எழுதுவார். அதுதான் அவருடைய வழக்கம். நான் சொல்லுவது ஏறத்தாழ 50,60 களின் தொடக்கத்திலே நடந்தவை. நாற்பது ஐம்பது ஆண்டுகளுக்கு முந்திய தமிழகத்தின் சுவர்களெல்லாம் அந்தத் தார் எழுத்து களைத் தாங்கி நிற்கும். அந்த எழுத்துகளின் சொந்தக் காரர்தான் சுவரெழுத்துச் சுப்பையா.

பள்ளிக் கூடத்திற்குப் போகிற வழியில் நான் நின்று அந்த எழுத்துகளைப் படித்துவிட்டுப் போயிருக்கிறேன். அத்தனை ஆண்டுகளுக்கு முன்னால் படித்த அந்த எழுத்துகள் இன்றும் அப்படியே என் மூளையில் பதிந்து கிடக்கின்றன. தந்தை பெரியாரிடமிருந்து நான் பெற்ற சிந்தனைகளை, மிக எளிமையாக முதலில் என்னிடத்தில் கொண்டுவந்து சேர்த்தவர் இந்தச் சுவரெழுத்துச் சுப்பையாதான் என்று சொல்லவேண்டும்.

சக்தியுள்ள சாமியின் கோயிலுக்குச்
சாவியும் பூட்டும் ஏன்?

என்பது அவர் எழுதி வைத்திருந்த வரிகள். எல்லாவிதமான சக்தியும் கடவுளுக்கு இருக்கிறது. அவனன்றி ஓர் அணுவும் அசையாது என்று சொன்னால் பிறகு அவன் இருக்கிற கோயிலுக்குச் சாவியும், பூட்டும் ஏன்? என்று அவர் எழுதி வைத்திருந்த அந்த வரியும், அன்பேதான் ஆண்டவன் என்று சொன்னால் ஆண்டவன் கைகளில் சூலாயுதம் ஏன் என்று அவர் கேட்ட கேள்வியும், அந்த வயதில் அப்படியே என் மூளையில் பதிந்தன.

பூங்குன்றன் அவர்களிடத்திலே அவரைப் பற்றிய செய்திகளை எல்லாம் கேட்டு அறிந்தேன்.

அவர் பிறப்பால் மலேசியத் தமிழர். மயிலாடுதுறைக்கு ஒரு நாடோடியாக வந்து சேர்ந்திருக்கிறார். மயிலாடுதுறையிலே இருந்த, பெரியாரின் கருத்துகளைப் பரப்பிய, மளிகைக் கடை வைத்திருந்த அரங்கசாமி என்கிறவரிடத்திலே அவர் அடைக்கலம்

புகுகிறார். அரங்கசாமிதான் அவருடைய பாதுகாவலர். அரங்கசாமியின் கடையிலே இருப்பார். புத்தகங்களை நிறையப் படிப்பார். பிறகு பகலில் எங்கு பார்த்தாலும் சுவரில் எழுதுவார். பெரியாருடைய கருத்துகளை உள்வாங்கிக் கொண்டு, தன்னுடைய சொற்களில் சின்னச் சின்னதாக எழுதுவார். இன்றைக்கு மயிலாடுதுறை, நாளை தஞ்சை, அடுத்தநாள் புதுக்கோட்டை பிறகு காரைக்குடி, இராமநாதபுரம், இராமேசு வரம் என்று ஒரு நாடோடியைப் போல அலைந்து அலைந்து சுவர்களில் எழுதுவதையே தன்னுடைய தொண்டாக அவர் வைத்துக் கொண்டிருந்தார்.

திருமணம் செய்து கொள்ளவில்லை. குடும்பம் இல்லை. தன்னந்தனி மனிதர். எழுதுகிற போதுகூட உதவிக்கு யாரையும் அழைத்துக்கொண்டு போவதில்லை. ஆங்கிலத்திலே ஒன்மேன் ஆர்மி என்று சொல்வார்களே, அப்படித் தனிமனித இராணுவமாக அவர் தொடர்ந்து செயல்பட்டுக் கொண்டே இருந்திருக்கிறார். எழுதுவதற்குப் பெரிய பொருட்செலவும் இல்லை. ஏடுகளிலே அவருடைய கையெழுத்தைப் பார்த்தால் அவ்வளவு விளங்காது. ஆனால் சுவர்களிலே எழுதுகிறபோது சித்திரம் போல இருக்கும். அந்தச் சித்திரத்தை வடித்த தூரிகை எது, அந்த மை எது என்று கேட்டால் நமக்கு வியப்பாக இருக்கிறது.

தெருவிலே கொட்டிக்கிடக்கிற தார் டின்னை எடுத்து, அதில் கொஞ்சம் மண்ணெண்ணெயைக் கொட்டிக் கலந்து குழைத்துக் கொண்டு, தென்னை மட்டையை எடுத்து அதில் கொஞ்சம் துணியைச் சுற்றிக்கொண்டு எழுதுவார். அதுதான் அவருடைய தூரிகை. தெளிவாய், பிசிறில்லாமல் அந்த எழுத்துகள் இருக்கும். அந்த எழுத்துகள் தமிழ்நாட்டிலே ஒரு புரட்சியை ஏற்படுத்தின என்றுகூட நாம் சொல்லலாம்.

அவர் கூறிய இன்னொரு செய்தியும் கூட வியப்பானதும் உண்மையானதும் ஆகும். எந்த விதமான பெயின்ட் அல்லது மையில் எழுதினாலும், மழை வந்தால் அது அழிந்துபோகும். சுவரெழுத்துச் சுப்பையா சொல்லுவாராம், 'தார் கொண்டு எழுதினால் மழையிலும் அழியாது.' அழியாது என்பது மட்டுமன்று, மழை நின்றதற்குப் பிறகுதான் அது மேலும் ஒளிவிடும், மின்னும். எனவே தார் கொண்டு எழுதியதை

அழிப்பது அவ்வளவு எளிதில்லை. நீண்ட நெடுநாட்களுக்கு அது அப்படியே இருக்கும்.

காவல் துறையைச் சேர்ந்தவர்கள் இரவு நேரங்களில் இவர் இப்படி எழுதுவதைப் பார்த்துவிட்டு, பல நேரங்களிலே இவரைக் காவல் நிலையத்திற்கு அழைத்துப் போயிருக்கிறார்கள். தண்டித்தும் இருக்கிறார்கள். சில காவலர்கள் கோபப்பட்டு எந்த அளவுக்கு முரட்டுத்தனமாக நடந்துகொண்டிருக்கிறார்கள் என்றால், தலையிலே வைத்திருக்கும் தார்ச் சட்டியை அடித்து உடைத்திருக்கின்றனர். அந்தத் தார் முகமெல்லாம் வழிந்த நிலையும்கூட இவருக்கு நேர்ந்திருக்கிறது. மறுநாளும் தார்ச் சட்டியை எடுத்துக் கொண்டு போய் சுவர்களிலே எழுதுவதுதான் அவருடைய வழக்கம். பிற்காலத்தில் அவர் தன் பார்வையை இழந்ததற்குக் கூட, முகத்தில் வழிந்த அந்தத் தார்தான் காரணம் என்று கூறுகின்றனர்.

அவருடைய வாழ்க்கையிலே சுவையான நிகழ்ச்சிகளும் நடந்திருக்கின்றன. ஒருமுறை பெரியாரிடத்திலே பற்று உடைய மிகப்பெரிய காவல் அதிகாரி இவர் எழுதுவதைப் பார்த்திருக் கிறார். பார்த்துக் கொண்டிருந்துவிட்டுப் பிறகு அவரைத் தன்னுடைய வண்டியிலேயே ஏற்றிக் கொண்டு காவல் நிலையத்திற்கு வருகிறார். காவல்நிலையத்திலே உட்கார வைத்துச் சுப்பையாவிடத்திலே நியாயமான ஒரு கேள்வியைக் கேட்கிறார். ' நீங்கள் பெரியாரின் கருத்துகளை எழுதுகிறீர்கள். பெரியார் ரொம்பவும் நேர்மையானவர். பொது ஒழுக்கத்திற்குக் கட்டுப்பட்டவர். நீங்கள் இன்னொருவர் சுவற்றில் இப்படியெல் லாம் எழுதுகிறீர்கள். அது தனியாரினுடைய சுவர். அவர்களு டைய அனுமதியைப் பெறாமல், அவர்கள் வீட்டுச் சுவரை இப்படிப் பாழடிப்பதற்கு உங்களுக்கு என்ன உரிமை இருக்கிறது? இது பொது ஒழுங்கை மீறிய காரியமில்லையா? பெரியாரின் போக்கிற்கு எதிரானதாக இல்லையா? என்று இவ்வளவு கேள்விகளை அடுக்கியிருக்கிறார்.

இத்தனை கேள்விகளையும் உள்வாங்கிக் கொண்ட சுப்பையா மிகச் சுருக்கமாக விடை சொல்லியிருக்கிறார். 'தன் வாழ்நாளெல்லாம் பொதுமக்களின் நன்மைக்காகவே பெரியார் உழைக்கிறார். பொதுமக்களுக்காகவே பாடுபடுகிறார். பொது

மக்களுக்காகவே கருத்துகளைச் சொல்லுகிறார். பொது மக்களுக்காகச் சொல்லப்படுகிற கருத்துகளை, பொதுமக்களின் சுவர்களில் எழுதாமல் வேறு எங்கு எழுதுவது?'

நாங்கள் எங்களுக்காக அந்தச் சுவற்றை எடுத்துக் கொள்ளவில்லை. பொதுமக்களுக்கான கருத்தை பொதுமக்களுக்குப் புரிகிற மாதிரி நாங்கள் எழுதுகிறோம் என்று குறிப்பிட்டிருக்கிறார். இப்படி வாழ்நாள் முழுவதும் இதையே தன்னுடைய தொண்டாகக் கொண்டு அவர் செய்திருக்கிறார்.

ஒருமுறை அவர் தொண்டு கண்டு வியந்து பாராட்டி, ஓர் இளைஞர் அவரிடத்திலே ஒரு கையொப்பம் (ஆட்டோகிராப்) கேட்டிருக்கிறார். அந்தச் தார்ச் சட்டியைக் கீழே வைத்துவிட்டு அவரை ஓங்கி ஒரு அறை அறைந்திருக்கிறார். எதற்காக அவர் தன்னை அடித்தார் என்று அவனுக்குப் புரியவில்லை. பிறகு அவரே சொல்லியிருக்கிறார், 'ஒன்றை நினைவிலே வைத்துக் கொள். ஐயா பெரியார் சொல்லுவதை நான் எழுதுகிறேன் அவ்வளவுதான். இதெல்லாம் அவர் தந்த அறிவு. எப்போதாவது கையொப்பம் வாங்கவேண்டும் என்று நினைத்தால், நீ வாங்குவதற்கும் போடுவதற்கும் தகுதியான ஒரே மனிதர் பெரியார் மட்டும்தான். பிறரிடத்திலே கையெழுத்துக் கேட்கிற வேலையெல்லாம் இனி வைத்துக் கொள்ளாதே' என்று கூறியிருக்கிறார். சுவரெழுத்துச் சுப்பையா, பெரியாரின் முரட்டுத் தொண்டர்களிலே ஒருவர்.

தன்னலமே இல்லாமல், பொதுநலத்திற்காக, ஒரு தலைவனின் கருத்துகளை ஏற்றுக் கொண்டு, அவரின் சிந்தனைகளைப் பரப்புவதற்காவே சுப்பையா வாழ்ந்திருக்கிறார் என்பதை அறியும்போது நம் உடல் சிலிர்த்துப்போகிறது.

எசல்பேசி – பனித்துளிக்குள் இமயமலை

கணிப்பொறிக்குத் தமிழ் மிக ஏற்ற மொழியாக இருக்கிறது. அதனால்தான் வலைப்பூக்கள் (blogspot) இந்தியாவிலேயே மற்ற எந்த மொழிகளைக் காட்டிலும் தமிழில் கூடுதலாக இருக்கிறது.

செல்போன் என்கிற ஆங்கிலச் சொல்லுக்கு செல்பேசி அல்லது கைபேசி என்கிற சொற்கள் இன்றைக்குத் தமிழில் பயன்படுத்தப்படுகின்றன. செல்லுமிடமெல்லாம் பேசலாம் என்பதாலே செல்லிடப்பேசி என்றும், அதன் சுருக்கமாக செல்பேசி என்றும் பல நண்பர்கள் அதனை அழைக்கிறார்கள். அது தொலைபேசியினுடைய ஒரு சின்ன வடிவம் என்றுதான் நாம் கருதிக் கொண்டிருக்கிறோம். ஆனால் அதற் குள்ளே இருக்கிற தொழில்நுட்பங்களை அறிந்து கொள்கிறபோது, ஓர் இமயமலை பனித் துளிக்குள் திணித்து வைக்கப்பட்டிருக்கிறது என்கிற பேருண்மையை நாம் உணர்கிறோம்.

அது ஒரு சின்ன வடிவிலே இருக்கிற தொலை பேசி என்பதைவிட, காலப்போக்கில் சின்ன வடிவிலே இருக்கிற கணிப்பொறி என்கிற நிலைக்கு அது வந்திருக்கிறது என்று நாம் கூறலாம். கணிப்பொறி என்பது மடிக்கணினி (லேப்டாப்) என்று அளவில் சிறியதாக ஆகி யிருக்கிறது. போகின்ற இடங்களுக் கெல்லாம் பையிலே வைத்து எடுத்துக்கொண்டு போகக்கூடிய

சிறியவகைக் கணினி அது. அதனினும் சிறிதாக, கைக் கணினியாக இப்போது செல்பேசிகள் பயன்படுகின்றன.

அண்மையில் வேலூரைச் சேர்ந்த கதிரேசன் என்கிற கணிப்பொறியாளரைச் சந்தித்தபோது, நான் இந்தப் பெரிய செய்தியை அறிந்துகொள்ள முடிந்தது. 1330 குறட்பாக்களையும், அவற்றுக்கான உரைகளையும் உங்கள் செல்பேசியிலேயே நான் பதிவிறக்கம் செய்து தந்துவிடவா என்று அவர் என்னிடத்தில் கேட்ட போது, அந்தக் கேள்வியை என்னால் நம்பமுடியவில்லை. 1330 குறட்பாக்கள், அவற்றிற்குரிய உரைகள் எல்லாவற்றையும் இதன் உள்ளே அடக்கிவிட முடியுமா என்று கேட்டேன். கண்டிப்பாக முடியும் என்று அவர் சொன்னார்.

ஆனாலும் அதற்கு ஒரு மணிநேரம், இரண்டு மணிநேரம் ஆகலாம், இப்போது எனக்கு நேரம் இருக்காது என்று நான் நினைத்தேன். ஆனால் அவரோ இல்லையில்லை உங்கள் செல்பேசியை என்னிடத்திலே கொடுங்கள், இரண்டு நிமிடத்திலே நான் முடித்துக் கொடுக்கிறேன் என்று சொன்னார். அதேபோல இரண்டு நிமிடத்திற்கும் குறைவான நேரத்திலே அவர் அதை முடித்துக் கொடுத்து விட்டார். இப்போது என் செல்பேசியில் 1330 திருக்குறளும், அதற்கான உரைகளும் இருக்கின்றன. புத்தகத்தைத் தேடாமல், எந்த இடத்தில் இருந்தாலும், எந்தக் குறளையும், அதற்கான உரையையும் பார்த்துக் கொள்ளலாம் என்பது மிகப்பெரிய உதவியாக எனக்கு அமைந்திருக்கிறது.

இது எனக்கான தனிப்பட்ட உதவி அன்று. இதை அவர்கள் தொழில் முனையமாகவே செய்து கொண்டிருக்கிறார்கள் என்பதை நான் அறிந்தேன். வேலூர் இன்ஸ்ட்டிட்யூட் ஆப் டெக்னாலஜி என்று குறிப்பிடப்படுகிற வேலூர் தொழில் நுட்பவியல் நிறுவனத்தில், அதனுடைய ஆதரவோடும், அதனுடைய உதவியோடும் அவர்கள் தொழில் முனைவோர் அடைகாப்பு மையம் என்கிற ஒரு நிறுவனத்தை நடத்திக் கொண்டிருக்கிறார்கள். அந்தத் தொடரே புதுமையாக இருக்கிறது. அடைகாப்பு என்கிற சொல்லை இன்குபேசன் என்கிற ஆங்கிலச் சொல்லில இருந்து அவர்கள் எடுக்கிறார்கள். கோழிகள் அடைகாக்கின்றன என்று நாம் சொல்லுகிறோமே,

அதுபோல தொழில் முனைவோர் அடைகாப்பு மையம் என்று கணேஷ்ராம் என்கிறவரின் தலைமையிலே எட்டு இளைஞர்கள் ஒன்றுகூடி, கணிப்பொறியிலே தமிழை, தமிழ் இலக்கியங்களை முடிந்தவரைக்கும் கொண்டு வருவது என்கிற முயற்சியிலே அவர்கள் ஈடுபட்டிருக்கிறார்கள்.

இந்த செல்பேசியில், கணிப்பொறி மொழியில், இத்தனை எம்பி, இத்தனை கேபி, இத்தனை ஜிபி இடம் உள்ளது என்று அவர்கள் சொல்லுகிறார்கள். ஜிபி என்றால் ஜிகா பைட், எம்பி என்றால் மெகாபைட் என்பது பொருள். ஆயிரம் எம்பி சேர்ந்தது ஒரு ஜிபி. அவர்கள் எனக்குச் சொன்ன தகவல், உங்களுடைய செல்பேசியில் ஒரு ஜிபி அதாவது ஒரு ஜிகா பைட் இடமிருக்கிறது. அதாவது ஆயிரம் எம்பிக்களுக்கான இலக்கிய எழுத்துக்களை உள்ளே கொண்டுவந்து விடலாம். எனக்கு அப்போதும் அந்த விஞ்ஞானச் சொற்கள் புரியவில்லை. ஒரு ஜிபி இடமிருக்கிறது என்று சொன்னால் அதில் எத்தனை பக்கங்களைக் கொண்டுவர முடியும் என்று அவர்களிடத்திலே கேட்டேன். அவர்கள் அப்படிப் பக்க அளவைச் சொல்ல முடியாது, ஆனாலும் சுமார் ஐந்து லட்சம் பக்கங்களை அப்படிக் கொண்டுவருகிற முயற்சியிலே இருக்கிறோம் என்று சொல்லிவிட்டு, அவர்கள் மேலும் சொன்ன ஒரு செய்தி என்னை வியக்க வைத்தது.

சுப. வீரபாண்டியன் ■ 109

உங்களுடைய செல்பேசியிலே ஒரு ஜிபி இடமிருக்கிறது. திருக்குறளின் 133 அதிகாரங்களையும், அதாவது 1330 குறட்பாக்களையும், அதற்கான உரைகளையும் இப்போது உங்கள் செல்பேசிக்குள்ளே நாங்கள் அனுப்பி இருக்கிறோம். அது எவ்வளவு இடத்தைப் பிடித்திருக்கிறது என்றால், ஆயிரத்தில் ஒரு பங்கைவிடக் குறைவாகத்தான். ஒரு எம்பியைக்கூட அல்ல. 174 கேபி இடத்தைத்தான் அது பிடித்திருக்கிறது. சங்க இலக்கியம் முழுவதையும், பாரதிதாசன், பாரதியார் கவிதைகள் முழுவதையும் உங்கள் செல்பேசிக்குள்ளே செலுத்தி விட்டாலும் கூட, 30 சதவீதம் இடத்தைத்தான் அது நிரப்பும் என்று அவர்கள் சொன்னபோது, எனக்கு நம்பமுடியாத அளவுக்கு வியப்பாக இருந்தது.

விரல் நுனியில் சங்க இலக்கியப் பாடல்களுக்கான பொருளைத் தெரிந்து கொள்ளலாம். பதிற்றுப்பத்தில், ஐங்குறுநூறில், குறுந்தொகையில், தொல்காப்பியத்தின் பொருளதிகாரத்தில் இருந்து என்ன வேண்டுமோ அதை நம் விரல் நுனியிலே, ஒரு நொடியிலே கொண்டு வந்துவிட முடியும் என்கிற அளவுக்கு விஞ்ஞான வளர்ந்திருக்கிறது. இவ்வளவு செய்திகளையும் ஒரு கையளவு செல்பேசிக்குள் அடக்கிக் கொள்ள முடியும் என்கிற நிலை, நமக்கு எவ்வளவு பெரிய உதவியாக இருக்கிறது என்பதை எண்ணிப் பார்த்து நான் மகிழ்ந்தேன்.

அவர்கள் அந்த நிறுவனத்தை எப்படி இயக்குகிறார்கள் என்பதையும் கூறினார்கள். அதற்கு அவர்கள் மொபைல் வேதா என்று பெயர் வைத்திருக்கிறார்கள். இந்த செல்பேசியே அவர்களுக்கு வேதமாக இருக்கிறது. இந்த மொபைல் வேதாவுக்கு டெல்லியிலே இருக்கிற இன்போ டெவலப்மென்ட் என்கிற நிறுவனத்திலிருந்து ஆதரவைப் பெற்றிருக்கிறார்கள். ஏறத்தாழ நான்கு முதல் ஐந்து லட்சம் ரூபாய் கடனாகப் பெற்றிருக்கிறார்கள். அதற்குப் பிறகு அந்த விஐடி பல்கலைக் கழகத்தின் வேந்தராக இருக்கக்கூடிய விசுவநாதன் அவர்கள் அதற்கு ஆதரவு கொடுத்து, விஐடி வளாகத்திற்குள்ளேயே அவர்களுக்கு இடத்தையும் ஒதுக்கிக் கொடுத்திருக்கிறார்.

தமிழைக் கணிப்பொறியின் மூலம் உலகமெல்லாம் பரப்புவது என்று அந்த இளைஞர்கள் முடிவெடுத்திருக்கிறார்கள். இளைஞர்களுக்குத் தமிழ் மீது அக்கறை இல்லை என்று சொல்லுவதற்கு இனிமேல் நமக்குத் தகுதி இல்லை என்று நினைக்க வைக்கிற அளவுக்கு அவர்களினுடைய செயல்பாடு அமைந்திருக்கிறது. தமிழகத்திலே இருக்கிற, உலகம் முழுவதும் இருக்கிற அத்தனை பேருக்கும் இதை நாங்கள் அவர்களுடைய செல்பேசியிலே கொடுப்பதற்குத் தயாராக இருக்கிறோம். குறைந்த கட்டணத்தை வைத்துக் கொள்ளலாம் என்று நினைக்கிறோம். அதுவும்கூட வணிக நோக்கத்திற்காக இல்லை, கட்டணம் இல்லாத எதுவும் மதிக்கப்படுவதில்லை என்கிற காரணத்தினாலேதான்.

அவர்கள் சொல்கிற இரண்டு செய்திகள், நாம் குறித்துக் கொள்ள வேண்டிய செய்திகளாக இருக்கின்றன. ஒன்று, கணிப்பொறிக்குத் தமிழ் மிக ஏற்ற மொழியாக இருக்கிறது என்ற செய்தி. அதனால்தான் வலைப்பூக்கள் (blogspot) இந்தியாவிலேயே மற்ற எந்த மொழிகளைக் காட்டிலும் தமிழில் கூடுதலாக இருக்கிறது என்பது அவர்கள் தரும் தகவல்.

அவர்கள் குறிப்பிடுகிற ஒரு குறை என்னவென்றால், களஞ்சியமாக இருக்கிற விக்கிப்பீடியா என்பதைத்தான் நாம் இன்றைக்கு இணையத்தளத்திலே எடுத்துப்பார்க்கிறோம். பலவற்றையும் தெரிந்துகொள்ள வேண்டுமானால், விக்கிப்பீடியாவிற்குப் போகிற பழக்கம் இருக்கிறது. ஆனால் அந்த விக்கிப்பீடியாவிலே தமிழ் பற்றிய செய்திகள் குறைவாக இருக்கின்றன. விக்கிப்பீடியாவிற்குள்ளே ஏராளமான தமிழ் பற்றிய செய்திகளைச் செலுத்துவோமேயானால் உலகம் முழுவதும் தமிழுக்கான பரவுதல் எளிதாக இருக்கும் என்கிற செய்தியைத் தருகிறார்கள்.

எது தமிழ்ப் புத்தாண்டு?

நாள் கதிரவனிடம் இருந்து கணக்கிடப் படுகிறது. மாதம் என்பதும் கதிரவனிட மிருந்து கணக்கிடப்படுகிறது. ஆண்டு மட்டும் வேறுமாதிரியாகவா கணக்கிற்கு வந்து சேரும்?

தை ஒன்றுதான் தமிழ்ப்புத்தாண்டு என்று அறிவிக்கப்பட்டு விட்டது என்றாலும் கூட, சித்திரை முதல் தேதியையும் தமிழ்ப் புத்தாண்டு எனச் சில பத்திரிகைகள் எழுதின. பல கோயில் களிலே அன்று புத்தாண்டுக்கான பூஜைகளும் நடைபெற்றன. எனவே மறுபடியும் எது தமிழ்ப் புத்தாண்டு என்கிற ஐயம் பொதுவாக இருக்கிற மக்களில் சிலருக்கு ஏற்பட்டது.

இது ஒன்றும் குழப்பமே இல்லாத செய்தி. எப்போதும் எந்த அடிப்படையில், ஒரு நாளை, ஒரு மாதத்தை, ஓர் ஆண்டை தொடக்கத்தில் கணக்கிடுகிறோம் என்பதைப் புரிந்து கொண்டால், தை ஒன்றுதான் தமிழ்ப்புத்தாண்டு என்பதில் எந்தக் குழப்பமும் இருக்காது, இருக்கவும் கூடாது. குழப்பம் ஏற்படுத்துபவர்கள்கூட, அவர்கள் குழம்பி அடுத்தவர்களைக் குழப்ப வில்லை. வேண்டுமென்றே மற்றவர்களைக் குழப்புகிறார்கள்.

பொதுவாக ஒரு நாளின் தொடக்கம் எது என்று கேட்டால், கதிரவன் எப்போது உதிக்கிறானோ

அதுதான் நாளின் தொடக்கம். இரவு 12 மணியிலிருந்து ஒரு நாளைக் கணக்கிடுவது என்பது வெள்ளைக்காரர்களிடமிருந்து நாம் கற்றுக் கொண்டது. நமக்கு அப்படிப் பழக்கமில்லை. கதிரவன் உதயமாகிய நேரந்தான் ஒரு நாளின் தொடக்கம். எங்காவது நள்ளிரவில் நாள் தொடங்குமா? அது அவர்களின் பழக்கம்.

ஒரு மாதத்தின் தொடக்கம் எப்படி என்றால், அவர்களே சொல்வார்கள் சுக்கில பட்சம், கிருஷ்ண பட்சம் என்று. சுக்கில என்றால் ஒளி என்று பொருள். கிருஷ்ண என்றால் கருப்பு, இருட்டு என்று பொருள். பொதுவாக கண்ணன் என்றாலும், கிருஷ்ணன் என்றாலும் கருப்பன் என்பதுதான் பொருள் என்பதை அறிவோம். எனவே கிருஷ்ண பட்சம் என்றால் இருளை நோக்கிய நாள்கள் என்று ஆகும். அதாவது பவுர்ணமியில் இருந்து அந்தக் கணக்குத் தொடங்கும். சுக்கில பட்சமோ அமாவாவையில் இருந்து தொடங்கும் பதினைந்து நாள்கள். இரண்டையும் சேர்த்தால், ஒரு மாதம் என்பது கணக்கு. ஆக, நாள் கதிரவனிடம் இருந்து கணக்கிடப்படுகிறது. மாதம் என்பதும் கதிரவனிட மிருந்து கணக்கிடப்படுகிறது.

ஆண்டு மட்டும் வேறுமாதிரியாகவா கணக்கிற்கு வந்து சேரும்? பஞ்சாங்கத்தை நம்புகிற, பஞ்சாங்கத்தைப் பார்க்கிற பழக்கம் உள்ளவர்களிடமே நாம் கேட்கலாம். அவர்கள் என்ன சொல்வார்கள் என்றால், சூரியன் தட்சணாயனத்திலே இருந்து உத்திராயணத்திற்குப் புறப்படுகிற நாளை தை ஒன்று என்று சொல்வார்கள். இந்த தட்சணாயனம், உத்திராயணம் என்கிற சொற்களெல்லாம் வடமொழிச் சொற்களாக இருக்கிற காரணத்தால், ஒரு குழப்பம் ஏற்படுகிறதே தவிர, அதைப் புரிந்து கொண்டால் ஒரு குழப்பமும் இல்லை. தட்சணப் பிரதேசம் என்று தெற்குப்பிரதேசத்தை இப்போதும் நாம் சொல்லுகிறோம். தட்சணம் என்றால் தெற்கு. உத்த என்றால் வடக்கு, மேலேயிருப்பது. அதனாலேதான் மேலே உள்ள மாநிலத்தை உத்திரப்பிரதேசம் என்று சொல்லுகிறோம். எனவே தட்சணா யனத்திலிருந்து உத்திராயணத்திற்கு என்று சொன்னால், தெற்கிலிருந்து வடக்கு நோக்கி நகர்கிற அந்த நாள் என்று பொருள்.

தெற்கிலிருந்து வடக்கு நோக்கிக் கதிரவன் நகரத் தொடங்குகிற அந்த நாள் தை ஒன்றுதான் என்பதால், அதுதான் தமிழர்களுக்குப் புத்தாண்டாக இருக்க முடியும். ஏனென்றால் தென் கோடியிலே இருக்கிற ஒரு நாடு தமிழ்நாடு. ஆகவே மிக இயற்கையாக, பஞ்சாங்கமே ஏற்றுக்கொள்கிற அடிப்படையிலே கூட, தை ஒன்றுதான் தமிழர்களின் புத்தாண்டு.

இடையிலே எப்படி வந்தது சித்திரைப் புத்தாண்டு? விக்கிரமாதித்தன் காலத்திலே அது வந்து சேர்ந்தது. விக்கிரம சகாப்தம் என்பதும், சாலிவாகன சகாப்தம் என்பதும் நடைமுறையிலே இல்லை. விக்கிரமன் என்பதும் சாலிவாகன் என்பதும் ஒரே மன்னரின் வேறு வேறு பெயர்கள். அங்கேயிருந்துதான் அந்தப் பெயர்கள் வந்து சேர்கின்றன. பிறகு நாயக்கர்களின் காலத்தில் அது உறுதியாக நிலைநாட்டப் படுகிறது.

சரி, தை ஒன்றுதான் தமிழ்ப்புத்தாண்டு என்பதை யார் கண்டறிந்து அறிவித்தார்கள்? அரசாங்கமோ, அரசாங்கத்தினு டைய அமைச்சர்களோ, அதிகாரிகளோ அப்படி அறிவிப்பை வெளியிடவில்லை. தமிழ் அறிஞர்கள் பலர் கண்டெடுத்த

முடிவைத்தான் அரசாங்கம் வழிமொழிந்தது. இன்றைக்கு நேற்றைக்கு அல்ல, ஏறத்தாழ 90 ஆண்டுகளுக்கு முன்பு 1921 ஆம் ஆண்டு சென்னையில் இருக்கிற பச்சையப்பன் கல்லூரியில் தமிழ்க் கடல் மறைமலை அடிகளாரும், அவரோடு பல்வேறு தமிழ் அறிஞர்களும் ஒருங்கிணைந்து, பல்வேறு ஆய்வுகளுக்குப் பிறகு அந்த முடிவுக்கு வந்தார்கள்.

அதனைத் தொடர்ந்து 1935 ஆம் ஆண்டு திருச்சியிலே, நாவலர் சோமசுந்தர பாரதியாரின் தலைமையில் கூடிய தமிழ்ப் புலவர்களின் கூட்டமும் அந்த முடிவினை உறுதி செய்தது. அந்தக் கூட்டத்திலே யாரெல்லாம் கலந்து கொண்டார்கள் என்று அந்தப் பட்டியலைப் பார்த்தால், தமிழ்த் தென்றல் திரு.வி.க. இருக்கிறார், மதுரையைச் சார்ந்த பி.டி.ராஜன் இருக்கிறார், அன்றைக்குத் தமிழ் அறிஞர்களாக் கருதப்பட்ட பெரும் புலவர்கள் அத்தனை பேரும் இருக்கிறார்கள். அவர்களுமே கூட வெறுமனே தங்கள் விருப்பத்திற்காகச் சொல்லவில்லை. அதற்கான பல சான்றுகளை காட்டியிருக்கிறார்கள்.

கி.பி.998 ஆவது ஆண்டு திருவாலங்குடிக் கோயில் கல்வெட்டை அவர்கள் சான்றாகக் காட்டியிருக்கிறார்கள். ஆயிரம் ஆண்டுகளுக்கு முன்பு அந்தக் கோயிலின் கல்வெட்டில் தை ஒன்று என்பது தமிழர்களின் புத்தாண்டாக இருக்கிறது என்கிற செய்தியை அவர்கள் வெளிப்படுத்துகிறார்கள்.

பொதுவாகவே கதிரவனை அடிப்படையாகக் கொண்டு கணக்கிடுவதும், கதிரவனைப போற்றுவதும் தமிழர்கள் மரபாக இருந்திருக்கிறது. 'காய் கதிர்ச் செல்வனே கள்வனோ என் கணவன்' என்று கதிரவனைப் பார்த்துக் கண்ணகி கேட்டாள் என்று சிலம்பிலே பார்க்கிறோம். கதிரவனை போற்றுகிற, ஞாயிறு போற்றுகிற பழக்கம் நம்மிடத்திலே தொடர்ந்து இருக்கிறது. எனவே நம் முன்னோர் அதைக் கொண்டுதான் எல்லாவற்றையும் கணக்கிட்டுள்ளார்கள் என்பது தெளிவாகிறது.

அந்தத் தமிழ் அறிஞர்களின் குழுமம் சொன்ன அந்தக் கோட்பாட்டின் அடிப்படையிலேதான் தமிழக அரசு, தை ஒன்றுதான் தமிழர்களின் புத்தாண்டு என்று அறிவித்தது. பிரான்சிலே பிரெஞ்ச் அகாடமி என்று ஒரு குழு இருக்கிறது. 1635 ஆவது ஆண்டு கார்டினல் சர் விக்டர் என்பவராலே

தொடங்கப்பட்டு, அரசினாலே ஏற்றுக் கொள்ளப்பட்ட ஓர் அமைப்பு அது. அன்றைக்கு அதில் 40 பேர் உறுப்பினர்களாக இருந்தார்கள். இப்போது பிரெஞ்சு மொழி அறிஞர்கள், இலக்கியவாதிகள், பிரெஞ்சு வரலாற்றாளர்கள் என 250 பேர் உறுப்பினர்களாக இருக்கிறார்கள். அவர்கள் சொல்லுவதைத்தான் அங்கே இருக்கிற அரசு, பண்பாட்டு அடிப்படையிலான மாற்றங்களுக்குப் பயன்படுத்திக் கொள்கிறது.

அதுபோலத் தமிழ் மொழி அறிஞர்கள், தமிழ் மொழி வல்லுனர்கள், வரலாற்றுத் திறனாய்வாளர்கள் என அனைவரும் ஒருங்கிணைந்து பல்வேறு சான்றுகளைக் காட்டி நிறுவிய ஒன்றைத்தான் தமிழக அரசு அறிவித்திருக்கிறது. போகிற போக்கில் மேம்போக்காக யாருடைய விருப்பத்திற்காகவோ அது சொல்லப்படவில்லை.

மேலும் ஆண்டுகளை 60 ஆண்டுகள் என்று கணக்கிலே எடுத்துக் கொண்டால், அந்த 60 ஆண்டுகளும் எப்படி வந்தன என்பதற்கு அவர்கள் சொல்லும் கதைகள் ஆபாசமாக உள்ளன. பெண் வேடமிட்ட நாரதருக்கும், திருமாலுக்கும் ஏற்பட்ட உறவால் 60 பிள்ளைகள் பிறந்தார்கள். அதாவது ஆணுக்கும் ஆணுக்கும் பிறந்த 60 பிள்ளைகள்தான், விரோத, நள என்றெல்லாம் வரும் 60 ஆண்டுகள். கணக்கிடுவதற்குக்கூட இந்த சுழற்சி முறை ஆண்டுகள் பயன்படுவதில்லை.

நம்முடைய பழந்தமிழர் மரபின் அடிப்படையில், திருவள்ளுவர் ஆண்டு கி.மு.31 என்று அந்த அறிஞர்கள் கண்டறிந்த அடிப்படையில், தை ஒன்றிலிருந்து திருவள்ளுவர் ஆண்டு தொடங்குகிறது என்று கணக்கிடுவதுதான் சரியானது, முறையானது, நம் மரபுக்கு ஏற்றது.

மரணமில்லாத வீடு – ஈழத்தில் ஏது?

துர்க்கையின் மீது சித்திக்கு ஈடுபாடு இல்லை. துர்க்கையின் கோபம் போதாது என்று சித்தி கருதிக் கொண்டிருக்கிறாள். காளிதான் கோபக்காரி. காளிதான் பழி வாங்குவாள் என்று கருதுகிறாள். எனவே காளி கோயிலுக்கு இவனை அழைத்துப் போகிறாள்.

தமிழ்நாட்டிலிருந்தும், தமிழ் ஈழத்திலிருந்தும் ஒரே நேரத்தில் வெளிவந்திருக்கிற இலக்கியப் படைப்புகளைப் பார்க்கிறபோது, இரண்டுக்கும் இடையிலே ஒரு பெரிய வேறுபாடு இருப்பதை உணர முடியும். மிக உயர்ந்த நயமான இலக்கியங்கள் தமிழகத்தில் இருந்தும் வெளிப் பட்டுக் கொண்டிருக்கின்றன. அதை யாரும் மறுக்க முடியாது. ஆனால் தமிழ் ஈழத்து இலக்கியங்களில், அந்தப் போர்க்காலச் சமூகத்துக்கே உரிய வலியும், வேதனையும், ரத்தமும் அப்படியே வெளிப் படுவதை அந்தப் படைப்புகளிலேதான் நம்மால் பார்க்க முடிகிறது.

அகிலன் என்கிற ஓர் இளைஞன், 'மரணத்தின் வாசலில்' என்கிற ஒரு சிறுகதைத் தொகுப்பை வெளியிட்டிருக்கிறார். அதனைச் சிறுகதைத் தொகுப்பு என்று சொல்வதைக் காட்டிலும், அவருடைய வாழ்க்கை அனுபவக் குறிப்பு என்று சொல்லலாம். அப்படித்தான் அவர் அந்த முன்னுரையிலே எழுதுகிறார். 6 வயதிலிருந்து தொடங்கி மரணத்தைத்தான் நான் பார்த்துக் கொண்டிருக்கிறேன். மரணம் இல்லாத வீடு இந்த நாட்டில் இல்லை. எல்லோரும் கொஞ்சம் கொஞ்சமாகச் செத்துக் கொண்டிருக்கிறோம் என்று

அவர் எழுதுகிறார். நான்கு ஆண்டுகளுக்கு முன்னால் அவர் எழுதிய எழுத்துகள், கொஞ்சம் கொஞ்சமாக அல்ல, முற்றுமாகச் செத்தொழிந்து போய்விட்டன என்கிற நிலையையும் அவர் விளக்குகிறார். அந்த வேதனை, அந்த வலி நமக்குத் தெரிகிறது.

ஒவ்வொரு முறையும், அந்தப் பிள்ளைகள் மரணத்தைப் பார்த்துப் பார்த்துச் சலித்துப் போயிருக்கிறார்கள். மரணத்தின் வாசலில் என்றுதான் அவர்களுக்குச் சிறுகதைக்குக்கூட பெயரிடத் தோன்றுகிறது. அந்த சிறுகதையில் சித்தி என்று ஒரு கதை இருக்கிறது. அந்த சித்தி எப்படிச் செத்துப்போனாள் என்பதுதான் அந்தக் கதையினுடைய ஒற்றை வரிச் சுருக்கம்.

அந்தச் சித்தியைப் பற்றிய செய்திகள் அந்தக் கதையிலே ஏராளமாக சொல்லப் பட்டிருக்கின்றன. பல கனவுகளோடு வாழ்ந்த... ஏமாற்றப்பட்ட ஒரு நாற்பது வயதுப் பெண் அந்தச் சித்தி. இந்த இளைஞன் அந்தச் சித்தியைப் பற்றி எழுதுகிறபோது, சித்திக்கும் அவனுக்கும் இருக்கிற அந்த நெருக்கம், அந்தப் பாசம் எல்லாம் அந்தக் கதையிலே குறிக்கப்படுகிறது. ஒரு மிதிவண்டியை ஓட்டிக் கொண்டு போகிறபோதும்கூட, கொஞ்ச நேரம் நான் ஓட்டட்டுமா என்று கேட்கிற சித்தி. இவனைவிடச் சித்தி கொஞ்சம் கட்டையானவர். இவனுடைய மிதி வண்டியோ ஒரு ஒட்டகச் சிவிங்கியைப்போல, மேலெழுந்து நிற்கிற வண்டி. ஆகையினாலே நானே ஓட்டிக் கொண்டு போகிறேன் என்று அவன் சொல்வான்.

போகிற வழியெல்லாம் சித்தி அவனுக்குக் கதைச் சொல்லிக் கொண்டே போகிறாள். என்னென்னவோ கதைகள். பல நேரங்களிலே அவைத் தமிழ்த் திரைப்படக் கதைகள். அந்த நேரத்தில் அங்கே பல தமிழ் திரைப்படங்கள் தடை செய்யப் பட்டிருக்கின்றன. ஆனால் தான் பார்த்த நீயா என்கிற பழைய திரைப்படத்தினுடைய கதையை சித்தி சொல்லிக் கொண்டே போகிறாள். போகிற வழியில் மிதிவண்டியில் ஒரு பாம்பு சிக்கிக் கொண்டு, சீறி வெளியே போகிறது. அதற்குப் பிறகு இவன் சொல்கிறான், வேறு கதை சொல்லு. நீயா கதை வேண்டாம். பாம்புக் கதை போதும் என்கிறான்.

இப்படிப் பலகதைகள் சொன்னாலும் எல்லாக் கதைகளுக்குள்ளும் ஒரே ஒரு செய்தி திரும்பத் திரும்ப வந்து கொண்டிருக்கிறது. கதைகள் எல்லாம் ஆண்களால் பெண்கள் ஏமாற்றப்பட்ட கதைகளாகவே இருக்கின்றன. பெண்கள் பழி வாங்கிய கதைகளாகவும் உள்ளன. அது சித்தியின் அனுபவத்தி னுடைய வெளிப்பாடு. 20 ஆண்டுகளுக்கு முன்பு ஏமாற்றி விட்டுப்

போன ஒருவனை இன்னமும் காதல் என்று நினைத்துக் காத்துக் கொண்டிருக்கிற சித்தி என்பதுதான் அவளுடையப் பாத்திரம்.

அது காதல் இல்லை. அது வெறும் காமம். இளமையை மயக்குகிற சொற்களைச் சொல்லி, சித்தியோடு உறவு கொண்டதற்குப் பிறகு அவன் அங்கே இருந்து எழுந்து போய்விட்டான். குளத்தில் குளித்துவிட்டுப் போன எருமை திரும்பவும் வரும் என்று குளம் காத்திருக்கிறதே தவிர, அந்த எருமைக்கு இந்தக் குளம் பற்றி எந்தக் கவலையும் இல்லை. ஆனால் சித்தி அதை இன்னும் காதல் என்று எண்ணிக் காத்திருக்கிறாள்.

கூடப் பிறந்த சகோதரிகள், சகோதரர்கள் யாரும் இந்தச் சித்தியை மதிக்கவில்லை. அங்கங்கே சண்டை போட்டுக் கொண்டு அடுத்த வீட்டிற்குப் போகிறாள். அவளுக்கென்று நிலையான இடமில்லை. அவனுடைய பாட்டி, அம்மம்மா அவளோடுதான் இருக்கிறார். தாயும் மகளும் இரண்டு பேருமாக இருக்கிறார்கள். அந்தப் பாட்டி இந்தச் சித்தியைப் பார்த்து எந்தக் கேள்வியும் கேட்பதில்லை. கிளிநொச்சியிலே இருந்து கனகராயன் குளத்திற்கு வந்ததற்குப் பிறகும், சித்தி இன்னமும் அவனையே நினைத்துக் கொண்டிருக்கிறாள்.

ஒருமுறை மிதி வண்டியை ஓட்டிக் கொண்டு போகிறபோது, நான் ஒரு இடத்திற்குக் கூட்டிக் கொண்டு போனால் வருவியா என்று கேட்கிறாள். வருகிறேன் என்று இவன் சொல்கிறான். அம்மம்மா கிட்டயோ, உங்கம்மா கிட்டயோ சொல்லக்கூடாது என்று சொல்லி, ஒரு காளி கோயிலுக்கு அவள் அழைத்துச் செல்கிறாள். பாட்டி வீட்டில் எப்போதும் துர்க்கை வழிபாடுதான். அம்மம்மா எப்போதும் துர்கையை வணங்கிக் கொண்டே இருப்பாள். சித்திக்குத் துர்க்கை மீது அவ்வளவு ஈடுபாடு இல்லை. தேவாரத்தை எப்போதாவது பாடினாலும்கூட, துர்க்கையின் மீது ஈடுபாடு இல்லை. துர்க்கையிடம் போய் ஏன் தேவாரம் என்பதும் அவளுக்குக் கவலையில்லை.

ஏன் துர்க்கையின் மீது ஈடுபாடு இல்லை என்றால், துர்க்கையின் கோபம் போதாது என்று சித்தி கருதிக் கொண்டிருக்கிறாள். காளிதான் கோபக்காரி. காளிதான் பழி வாங்குவாள் என்று கருதுகிறாள். எனவே காளி கோயிலுக்கு இவனை அழைத்துப் போகிறாள். காளி கோயிலிலே ஒரு பூசாரிப் பெண் இருக்கிறாள். அந்தப் பெண் இவள் கணவனைச் சேர்த்து வைப்பதற்காக 20 ஆண்டுகளாக முயற்சி செய்து கொண்டிருக்கிறாளாம். இதைச் சித்தி சொல்கிறாள். சித்தி நம்புகிறாள். அவளும் சாமியாடுகிறாள். ஏன் எங்கள் சித்திக்கு இன்னும் காளி நன்மை செய்யவில்லை என்று அந்தப் பையன் கேட்கிறபோது, அந்த பூசாரி சொல்கிறாள், வேறொன்றுமில்லை அவள் நாட்டில் போரில் இருக்கிறாள். நாட்டைப் பார்த்து விட்டுத்தான் வீட்டைப் பார்ப்பாள் காளி என்று சமாதானம் சொல்கிறாள். அதையும் சித்தி நம்புகிறாள்.

இப்படியே ஓடிக்கொண்டிருந்த வாழ்க்கையில் ஒரு நாள் ஏதோ ஒரு பூச்சி அந்த சித்தியைக் கடித்து விட்டது. ஏறத்தாழ 20 ஆண்டுக் கனவுகளோடு, மீண்டும் அவன் வருவான் என்று காத்திருக்கிற அந்த சித்தி விஷக்கடிக்கு ஆளாகி மருத்துவமனையிலே இருக்கிறபோது

அங்கே மருந்துகள் இல்லை. பக்கத்தில் இருந்த ஜெயபுரத்துக்குப் போனால் மருந்து கிடைக்கும் என்று சொன்ன உடனே தன்னுடைய மிதி வண்டியிலே வைத்துக் கொண்டு, அவளை ஜெயபுரத்துக்கு அழைத்துக் கொண்டு போகிறான். அங்கேயும் மருந்து இல்லை. மல்லாவிக்குப் போனால் கிடைக்கும் என்கிறார்கள். மல்லாவிக்குப் போக முடியுமா? தொலைவு என்று கருதுகிறான்.

மருந்து இல்லாமல் அந்தச் சித்தி இறந்து போனதற்குப் பிறகு, சித்திக்கு யார் தீ மூட்டுவது என்று ஒரு கேள்வி வருகிறது. வேறு வழியில்லை. 6 வயதில் அப்பாவுக்குக் கொள்ளி வைத்த அனுபவம் இவனுக்குத்தான் இருக்கிறது. சித்திக்கு நீயே கொள்ளி வைத்து விடு என்று சொல்கிறார்கள்.

அவ்வளவு பிரியமான, அவ்வளவு பாசமான அந்தச் சித்தியை இழந்து விட்டு, கொள்ளி வைத்து விட்டு, எல்லாக் காரியங்களையும் முடித்து விட்டு, வீட்டுக்கு வந்து சாப்பிடுவதற்கு உட்காருகிறபோது அம்மா சொல்கிறாள், என்ன இருந்தாலும் ஒரு புண்ணியம்தான். உன் மீது அவள் அவ்வளவு பாசம் வைத்திருந்தாள். கடைசியாகக் கொள்ளிபோட உனக்குத்தான் கொடுத்து வைத்திருக்கிறது என்று. அது புண்ணியமா, பாவமா என்று தெரியாது. சித்தி வைத்திருந்த பாசத்துக்குத்தான் இது நடந்ததா என்பதும் எனக்குத் தெரியாது. ஆனால் ஒன்றே ஒன்று மட்டும் எனக்குத் தெரியும். என் சித்தி நோய்க்கு மருந்து இல்லாமல்தான் செத்துப்போனாள் என்று தெரியும் என அந்தக் கதை முடியும்.

மருந்து இல்லாமல் செத்துப்போனவர்கள் ஈழ மண்ணில் பல்லாயிரம் பேர் என்பதை இந்த ஒரு சித்தியின் மூலம் நாம் அறிந்து கொள்ள முடிகிறது.

ராம் மனோகர் லோகியா

"ஒன்று, அவர் மேல்ஜாதி என்று சொல்லப் படுகிற ஜாதியிலே பிறந்திருக்க வேண்டும். இரண்டாவது, பணக்காரராக இருக்க வேண்டும். மூன்றாவது, சரளமாக ஆங்கிலம் பேசுபவராக இருக்க வேண்டும். இந்த மூன்று தகுதிகளில், ஏதாவது இரண்டு இருந்தாலும் கூட, அவர் இந்தியாவினுடைய ஆளும் வர்க்கமாக ஆகி விடுகிறார்"

நாம் அறிந்த கொள்ள வேண்டிய வடநாட்டுத் தலைவர்களிலே ஒருவர் ராம்மனோகர் லோகியா. காந்தி, நேரு, வல்லபாய் பட்டேல் என்று பல வடநாட்டுத் தலைவர்களை நாம் அறிந்திருக் கிறோம். ராம்மனோகர் லோகியாவை இன்றைய இளைய தலைமுறையினர் அறிந்திருப்பார்களா என்று தெரியவில்லை. ஆனால் நடு வயதுக்காரார்கள் கண்டிப்பாக அவர் பெயரைக் கேள்விப்பட்டிருக்க வாய்ப்பு இருக்கிறது.

ராம் மனோகர் லோகியாவைப் பற்றிப் பரவலாகச் சொல்லப்படும் தகவல்கள் இரண்டு. ஒன்று, அவர் இந்தி மொழியின் ஆதரவாளர். இரண்டு, 52ஆவது ஆண்டு தேர்தலிலே தொடங்கி 67வரைக்கும் ஒவ்வொரு தேர்தலிலும் நேருவை எதிர்த்துப் போட்டியிட்டுத் தோல்வி அடைந்தவர். இரண்டும் உண்மைதான்.

லோகியாவுக்கு இருக்கிற இன்னொரு பெரிய முகம், நாம் அறிந்து கொள்ளவேண்டிய முகம் எது

என்று கேட்டால், சமூக நீதிக்கான போராளிகளிலே அவரும் ஒருவர் என்பதுதான். தமிழ்நாட்டிலே எப்படி, தந்தை பெரியார், அயோத்திதாசப் பண்டிதர், இரட்டைமலை சீனிவாசனார் என்று சொல்கிறோமோ, அப்படி வடநாட்டிலே வரிசைப் படுத்தினால் ஜோதிராவ் பூலே, சாகு மகராஜ், அம்பேத்கர், ராம் மனோகர் லோகியா என்ற வரிசை வரும்.

இட ஒதுக்கீட்டுப் போராட்டத்தில், ராம் மனோகர் லோகியா வுக்கு ஒரு முக்கியமான இடம் உண்டு. அது இங்கே முற்றிலுமாக மறைக்கப்பட்டு, தமிழ்நாட்டில் ஏற்றுக் கொள்ளப்படாத அவருடைய முகம் மட்டுமே அடிக்கடி சொல்லப்படுகிறது. இந்திக்கு ஆதரவாளர் என்பது, அவர் தன்னுடைய தாய் மொழியை நேசித்தார் என்பதே ஆகும். தாய் மொழியை நேசித்தாரே தவிர, அவரை ஒரு இந்தித் தீவிரவாதி என்று சொல்கிற அளவுக்கு, இந்தியை இந்தியா முழுவதும் கொண்டு வரவேண்டும் என்று அவர் கருதவில்லை. இந்திக்கு ஆதரவாளர்தான், அதை மறுக்கமுடியாது.

ஆங்கிலத்தை அவர் கடுமையாக எதிர்த்தார். ஆங்கில எதிர்ப்பைக் கூட மிக அழகாய், ஒரு கவிதையாய் லோகியா வெளிப்படுத்தினார். அப்போது அவர் சொன்னார், ஆங்கிலேயர்களுக்கு தோட்டாவே மொழியாக இருக்கிறது. அவர்கள் தங்கள் மொழியையும் தோட்டாவாகப் பயன்படுத்து கிறார்கள் என்று சொன்னார்.

அதே நேரத்திலே சமூக நீதிக்காக அவர் போராடினார். அதுதான் அவருடைய அடிப்படையான கொள்கை. அது மட்டுமல்லாமல், அவர் ஒரு மிகப்பெரிய விடுதலைப் போராட்ட வீரர். அவர் சின்ன வயதாக இருந்தபோதே அவருடைய தந்தை ஹரிலால் அவரை காந்தியாருடைய கூட்டங்களுக்குத் தொடர்ந்து அழைத்துச் சென்றார். காந்தியாரைத் தொடர்ந்து பின்பற்றுகிற அவருடைய தந்தையாரின் வழியில் இவரும் காந்தியினுடைய கொள்கைகளினாலே ஈர்க்கப்பட்டார். காந்தியினுடைய நடைமுறைகளாலே ஈர்க்கப் பட்டார். காந்தியின் சீடராக ஆனார்.

1921ஆவது ஆண்டு அவரும், நேருவும் சந்தித்தார்கள். அவர்கள் இரண்டு பேரும் நல்ல நண்பர்களாக இருந்தார்கள். பின்னர் இரண்டு பேருக்குள்ளேயும் கடுமையான வாக்குவாதம் நாடாளுமன்றத்திலே நடந்தது. பொதுவாழ்வின் தொடக்கம் என்பது லோகியாவைப் பொறுத்த அளவு, முழுக்க முழுக்க விடுதலைப் போராட்ட வாழ்க்கை என்பதுதான். 1928ஆவது ஆண்டு சைமன் கமிஷன் வந்தபோது, சைமன் கமிஷனே திரும்பிப்போ என்று காங்கிரஸ்

கட்சி நடத்திய போராட்டத்தில், அன்றைக்கு கல்கத்தா பல்கலைக்கழகத்தினுடைய மாணவராக இருந்த லோகியா, அந்தப் போராட்டத்திலே கலந்து கொண்டார். தொடர்ந்து 15, 20 ஆண்டுகள் அந்தப் போராட்டங்களிலே உறுதியாக அவர் நின்றார்.

1939ஆவது ஆண்டு ஒருமுறை, 1940ஆவது ஆண்டு இன்னொருமுறை அவர் கைது செய்யப்பட்டார். 40ஆவது ஆண்டு ஏறத்தாழ ஒன்றரை ஆண்டுகாலம் சிறையிலே இருந்தார். அப்போது காந்தியார் அவருக்காக மிகக் கடுமையாக வாதாடினார். காங்கிரஸ் கட்சியினுடைய கூட்டத்திலேயே அவர் சொன்னார், ராம் மனோகர் லோகியா போன்ற எதற்கும் அஞ்சாத, எளிமையான ஒரு மனிதனைச் சிறையிலே வைத்து விட்டு, என்னால் வேறு வேலைகளைப் பார்த்துக் கொண்டிருக்க முடியாது என்று. அந்த

அளவுக்குக் காந்தியாரினுடைய ஆதரவைப் பெற்றவராக அவர் இருந்தார்.

வெள்ளையனே வெளியேறு போராட்டம் 1942 ஆகஸ்டிலே தொடங்கியபோது, எல்லாப் பெரிய தலைவர்களும் கைது செய்யப்பட்டார்கள். அன்றைக்கு இரண்டாம் கட்டத் தலைவர் களிலே முக்கியமானவராக இருந்த லோகியா தலைமறைவாக இருந்தார். தலைமறைவாக இருந்து, கட்சிப் பணிகளைச் செய்தார். விடுதலைப் போராட்டத்துக்காகப் போராடினார். வெறுமனே அவர் போராடவில்லை. உஷாமேத்தா என்கிற இன்னொரு நண்பரோடு சேர்ந்து, ரகசிய வானொலி ஒன்றை நடத்தினார். காங்கிரஸ் கட்சி விடுதலைப் போராட்ட காலத்திலே நடத்திய ஒரே வானொலி அதுதான். காங்கிரஸ் லியோ என்று அதற்குப் பெயர் வைத்தார்கள். ஆனால் மூன்று மாதங்களுக்குள்ளாகவே அந்த ரகசிய வானொலியை வெள்ளைக்காரர்கள் கண்டுபிடித்து விட்டார்கள்.

பிறகு அங்கிருந்து புறப்பட்டு நேபாளத்திற்குப் போனார். அங்கு கொய்ராலா சகோதரர்களோடு ஒரு நட்பு ஏற்பட்டது. மீண்டும் மும்பைக்குத் திரும்பி வந்த நேரத்தில், 1944ஆம் ஆண்டு அவர் கைது செய்யப்பட்டார். பிறகு எல்லா விடுதலைத் தியாகிகளும் வெளியே வந்த நேரத்தில்தான் அவரும் வெளிவந்தார். விடுதலைப் போராட்ட வீரராக, காந்தியாரிடத்திலே பற்றுக்கொண்டவராக, அகிம்சைப் போராட்டங்களிலே ஈடுபட்டவராக இருந்தார்.

இத்தனைக்குப் பிறகும் ஏன் லோகியா மறைக்கப்பட்டார்? இந்திய வரலாற்றிலே ஏன் அவருக்கு இடம் கிடைக்கவில்லை? அவர் அழுத்தம் திருத்தமாக ஒரு கொள்கையை முன் வைத்தார். இந்த நாட்டிலே வர்ணப் போராட்டம் என்பதுதான் தேவையானது. இங்கு வர்ணமே வர்க்கமாக இருக்கிறது. எனவே வர்ணப் போராட்டத்தை முன்னெடுக்காத வரையில், இந்த நாட்டில் மற்ற போராட்டங்களால் பயனில்லை என்றார்.

கம்யூனிசத்திலே, மார்க்சியத்திலே ஈடுபாடு கொண்டவராக இருந்த லோகியா, மார்க்சியம் என்பது இந்த நாட்டைப் பொறுத்த அளவு ஜாதி எதிர்ப்புப் போராட்டம்தான் என்று சொன்னார். அது மட்டுமல்லாமல், அவர் வெளிப்படையாகவே பெயர்களைக் குறிப்பிட்டுச் சொன்னார். இந்தியா முழுவதையும் இரண்டே இரண்டு சாதியினர்தான் ஆண்டு கொண்டிருக்கிறார்கள். பார்ப்பனர், பனியா என்னும் இருவரில் ஒருவராக இருந்தாலே ஒழிய இந்த நாட்டினுடைய ஆளும் கட்சியாக வர முடியாது.

ஒருவர் கல்வி நிர்வாகத்துறையிலேயும், இன்னொருவர் வணிகத் துறையிலேயும் முழுக்க முழுக்க ஆதிக்கம் செலுத்துகிறார்கள். அந்த ஆதிக்கம் தகர்க்கப்பட வேண்டும். உழைக்கிற மக்களுக்கு வாய்ப்பளிக்கப்படுகிற போதுதான் இந்த நாடு உண்மையான வளர்ச்சியைப் பெறும் என்று அவர் குறிப்பிட்டார். எனவே அவருடைய இந்த ஆதிக்கசாதி எதிர்ப்பு இருக்கிறதே, அதுதான் அவரை வெளியில் தெரிய விடாமல் மறைத்து விட்டதற்கான அடிப்படைக் காரணமாக இருந்தது.

ராம் மனோகர் லோகியா என்றால் சமூக நீதிப்போராளி என்றுதான் நாம் அவரைக் குறிப்பிட வேண்டும். அவர் தெளிவாகச் சொன்னார், இந்தியாவைப் பொறுத்த அளவு, மூன்று அடிப்படையிலே இரண்டு இருந்தால்கூட அவர்கள் ஆளும் வர்க்கமாக இருந்து விட முடியும். ஒன்று, அவர் மேல்ஜாதி என்று சொல்லப்படுகிற ஜாதியிலே பிறந்திருக்க வேண்டும். இரண்டாவது, பணக்காரராக இருக்க வேண்டும். மூன்றாவது, சரளமாக ஆங்கிலம் பேசுபவராக இருக்க வேண்டும். இந்த மூன்று தகுதிகளில், ஏதாவது இரண்டு இருந்தாலும் கூட, அவர் இந்தியாவினுடைய ஆளும் வர்க்கமாக ஆகி விடுகிறார் என்று அவர் சொன்னார். இன்றைக்கும்கூட அது உண்மையாக இருப்பதை நாம் பார்க்கிறோம். லோகியா அவர்கள் முன்னெடுத்த சமூகநீதிப் போராட்டம் இன்றைக்கும் முடியவில்லை. தொடர்கிறது.

இன்றைக்கு இருக்கிற ஜார்ஜ்பெர்னாண்டஸ் போன்றவர்கள் எல்லாம் அவருடைய சீடர்கள்தான். நேற்றைக்கு அரசியல் வானத்திலே இருந்த ராஜ்நாராயணன் அவருடைய சீடர்தான். ராஜ் நாராயணனும் சமூகநீதிப் பார்வை உடையவர். அதனால்தான் அவரைப் பத்திரிகைகள் எல்லாம் வெறும் கோமாளி போலக் காட்டுகின்றன. அவர் கோமாளி அல்லர். சமூகநீதிப் போராளி ராம் மனோகர் லோகியாவினுடைய சீடர்.

இப்படிப்பட்ட சீடர்கள் பலரே அவரின் சொத்தாக இருந்தனர். 1967ஆம் ஆண்டு ராம் மனோகர் லோகியா இறந்து போனபோது அவருக்கு வேறு சொத்து எதுவுமில்லை.

காந்தியடிகளும் மதநல்லிணக்கமும்

'காந்தியாரினுடைய இந்தப் போக்கு, நாட்டுக்கு இரண்டகம் செய்கிறது. இங்கு இந்துக்கள் வேறு, இஸ்லாமியர்கள் வேறு என்று இரண்டு தேசமாகத்தான் இந்த நாடு இருக்கிறது' என்றார் சாவர்க்கர். 1937ஆவது ஆண்டு மீண்டும் அவர் அதை ஒரு மாநாட்டிலே உறுதி செய்தார்.

முதல் உலகப்போர் மத்திய ஆசியாவை நோக்கி நகர்ந்ததற்கு முக்கியமான இரண்டு காரணங்களை வரலாற்று ஆசிரியர்கள் குறிப்பிடுகிறார்கள். ஒன்று, அங்கே இருந்த எண்ணெய்க் கிணறுகள். இரண்டு, அங்கே இருந்த இஸ்லாமிய மக்களின் தலைமைப் பீடமான கலீபா.

இஸ்லாமிய மக்களின் தலைமைப் பீடம் கலீபா, அப்போது துருக்கியிலேதான் இருந்தது. மேற்கத்திய நாடுகள், கிறிஸ்தவ மதத்தைச் சார்ந்த நாடுகள். உலகப் போரை ஒட்டி, இஸ்லாமிய மதத்தினுடைய தலைமைப்பீடத்தையும் கொஞ்சம் தகர்த்து விடுவதில் மேலை நாடுகள் கவனம் கொண்டன. அது மட்டுமல்லாமல், மேலைநாடுகள் எல்லாவற்றுக்கும் அங்கே இருந்த எண்ணெய்க் கிணறுகள் மீது ஒரு மிகப்பெரிய பார்வை பதிந்திருந்தது. எனவேதான் அன்றைக்கு ஜெர்மனியினுடைய கூட்டாளியாக இருந்த துருக்கி நாட்டை எதிர்த்து, முதல் உலகப்போரினுடைய கடுமையான தாக்குதல்கள் தொடங்கின. இறுதி வெற்றி அந்த நாடுகளுக்குக் கிடைத்தது. முதல் உலகப்போரையும் இரண்டாம் உலகப்போரையும் போலவே ஜெர்மனி

தோல்வியைத் தழுவியது. ஜெர்மனியோடு நின்ற துருக்கியும் தோல்வி அடைந்த நேரத்தில் துருக்கியிலே இருந்த கலீபா தலைமைப் பீடம் தகர்க்கப்பட்டது. இந்த நிலைமை உலகம் முழுவதும் இருக்கிற இஸ்லாமியர்களிடத்திலே ஒரு மனவேதனையையும், எரிச்சலையும் உண்டாக்கியது. எல்லா நாடுகளிலேயும் இஸ்லாமியர்கள் இதை எதிர்த்துக் குரல் கொடுத்துப் போராடத் தொடங்கினார்கள்.

இந்தியாவிலும் 1920ஆம் ஆண்டு, மவுலானா சவுகத் அலி, மவுலானா முகமது அலி என்கிற அலி சகோதரர்கள் இரண்டு பேருமாகச் சேர்ந்து, இந்தியாவில் ஓர் இயக்கத்தை ஏற்படுத்தினார்கள். இஸ்லாமியர்களுக்கு ஆதரவாக, இஸ்லாமியர்களினுடைய உரிமை இப்படி மறுக்கப்படக்கூடாது என்கிற முழக்கத்தை முன் வைத்து அவர்கள் தொடங்கிய அந்த இயக்கத்துக்குத்தான் கிலாபத் இயக்கம் என்று பெயர்.

காந்தியார் அப்போதுதான் இந்திய அரசியலுக்கு வந்திருக்கிறார். 1916ஆவது ஆண்டு சபர்மதி ஆசிரமத்திலே அவர் மேற்கொண்ட அந்த உண்ணா விரதம்தான் இந்திய அரசியலில் அவருடைய முதல் பங்கேற்பு. அதற்கு முன்பாக அவர் தென்னாப்பிரிக்காவிலே இருந்தார். 1920ஆவது ஆண்டு அலி சகோதரர்கள் தொடங்கிய அந்த கிலாபத் இயக்கத்திற்குக் காந்தியார் தன்னுடைய முழுமையான ஆதரவைத் தெரிவிக்கிறார். தேசிய இயக்கத்தின் பங்காக அதை எடுத்துக் கொள்வேன் என்றும் சொல்கிறார். இது தேசிய விடுதலைப் போராட்டத்திலே ஈடுபட்ட இந்துக்கள் பலரை அதிர்ச்சியில் உறைய வைக்கிறது.

என்னதான் இந்திய விடுதலை என்று போரிட்டாலும் நாம் இந்துக்கள், அவர்கள் இஸ்லாமியர்கள் என்ற எண்ணம், போராட்ட முன்னணி வீரர்கள் பலரிடத்திலேயும் இருந்தது. அச்சூழலில், முதன் முதலாகக் காந்தியார் அன்றைக்கு கிலாபத் இயக்கத்துக்குத் தெரிவித்த ஆதரவுதான், இந்து முஸ்லிம் ஒற்றுமைக்கான முதல் விதையாக விழுந்தது. இது கண்டு சாவர்க்கர் போன்றவர்கள் பொறுக்க முடியாமல், 1923இல் வெளிப்படையாகவே எதிர்த்து எழுதினார்கள். 'காந்தியாரினுடைய இந்தப் போக்கு, நாட்டுக்கு இரண்டகம் செய்கிறது. இங்கு இந்துக்கள் வேறு, இஸ்லாமியர்கள் வேறு என்று இரண்டு தேசமாகத்தான் இந்த நாடு இருக்கிறது ' என்றார் சாவர்க்கர்.

1937ஆவது ஆண்டு மீண்டும் அவர் அதை ஒரு மாநாட்டிலே உறுதி செய்தார். பிறகுதான் பாகிஸ்தான் என்கிற தனி நாட்டை

இஸ்லாமியர்கள் கோரினார்கள். காந்தியாரோ மிக அழுத்தமாக, 'இந்து முஸ்லிம் ஒற்றுமையை யார் குலைப்பதையும் நான் அனுமதிக்க மாட்டேன். இந்து முஸ்லிம் ஒற்றுமைக்காக நான் என் உயிரைக் கொடுக்கவும் தயங்க மாட்டேன் ' என்று எழுதினார். இதனுடைய பலனாகவே, இந்தியா விடுதலை பெற்றதற்குப் பிறகு, அரபு நாடுகள் இந்தியாவுக்குப் பல நேரங்களில் துணையாக இருந்தன. காந்தியார் அன்றைக்கு எடுத்த அந்த நிலைதான் அதற்குக் காரணமாக இருந்திருக்கிறது.

இது இப்படியே மெல்ல மெல்ல வளர்ந்து கொண்டே போகிற நேரத்தில், இந்தியா பாகிஸ்தான் என்று இரண்டு நாடுகள் பிரிந்து விடுதலை பெறுகின்றன. காந்தியார் கடைசி வரைக்கும் பிரிவினையை ஏற்றுக் கொள்ளவில்லை. என்னுடைய பிணத்தின் மீதுதான் இந்தியா பாகிஸ்தான் என்கிற இரண்டு நாடுகள் ஏற்பட முடியும் என்று சொன்னார். ஆனாலும் தலைவர்கள் அத்தனை பேரும் வலியுறுத்தியதன் காரணமாக, நடைமுறையை, யதார்த்தத்தை யாராலும் மீற முடியாது என்கிற காரணத்தினால், பாகிஸ்தான் பிரிவினையை ஏற்கிறார்.

ஆனால் எங்கே பார்த்தாலும் கலவரம். அதில் நாம் மறக்க முடியாத ஒன்று, அந்த நவகாளி யாத்திரை. அந்த நவகாளி யாத்திரையில்தான் காந்தியார் தன்னுடைய அழுத்தத்தை, மன உறுதியை இந்த உலகுக்கு மிகச் சரியாய் வெளிப்படுத்தினார். நாடே விடுதலையைக் கொண்டாடிக் கொண்டிருக்கிற நேரத்தில் காந்தியார் நவகாளியிலே நடந்து கொண்டிருந்தார். காலிலே செருப்புக்கூட இல்லாமல் அவர் நடந்த தொலைவு 166 மைல்கள் என்று சொன்னால், இப்போதும் நமக்கு மலைப்பாக இருக்கிறது. இஸ்லாமிய மக்களையும் இந்துக்களையும் ஒற்றுமைப்படுத்த வேண்டும் என்று அவர் எத்தனை முயற்சிகள் எடுத்தும் பயனற்றுப் போனதற்குப் பிறகு, அவர் சாகும்வரை உண்ணாவிரதப் போராட்டம் என்று செப்டம்பர் மாதம் அறிவிப்பை வெளியிட்டார்.

இன்னொன்றையும் நாம் கவனத்திலே கொள்ள வேண்டும். அந்த நவகாளி யாத்திரையின்போதுதான் காந்தியார் தன்னுடைய பஜனைப் பாடலில்கூட புதிதாக இரண்டு வரிகளைச் சேர்க்கிறார். அதுவரை காந்தியாரினுடைய பஜனை நேரத்திலே எல்லாம் ரகுபதி ராகவ ராஜாராம், பதீதபாவன சீத்தாராம் என்று இரண்டு வரிகள்தான் பாடப்பட்டுக் கொண்டிருந்தன. நவகாளி யாத்திரையின்போதுதான் இன்னும் இரண்டு வரிகளை அந்தப்

பாட்டோடு காந்தியார் சேர்க்கிறார். ஈஸ்வர அல்லா தேரே நாம்; சப்கோ சன்மதி தே பகவான் என்கிற வரிகள் அப்போதுதான் சேர்க்கப்படுகின்றன.

ஈஸ்வரன் என்றாலும் அல்லா என்றாலும் ஒன்றுதான். இருவரும் ஒரே கடவுள்தான். எனவே கடவுளே எங்களுக்கு நல்ல புத்தியைக் கொடு என்று அந்த வரிகளை அவர் சேர்க்கிற நேரத்தில், இந்துக்கள் பலர் அதைக் கடுமையாக எதிர்த்தார்கள். எப்படி ராமரும் அல்லாவும் ஒன்றாக முடியும் என்று அவர்கள் கேட்டார்கள். ஆனால் காந்தியார் தான் கொண்ட கொள்கையில் உறுதியாக இருந்தார். இந்தப் பாடல்களுக்குப் பிறகும், அவருடைய பயணத்திற்குப் பிறகும்கூட ஒற்றுமை வரவில்லை என்பதினாலே, செப்டம்பர் ஒன்று முதல் அவர் சாகும்வரை உண்ணாவிரதம் என்று அறிவித்தார்.

அந்த உண்ணாவிரதப் போராட்டம்தான் மக்களைக் கொஞ்சம் அமைதிப்படுத்தியது. ராணுவ வீரர்களாலும், துப்பாக்கி வேட்டுகளாலும், செய்ய முடியாத ஒரு சாதனையை அவர் தன்னுடைய போராட்டத்தினால் நிகழ்த்திக் காட்டினார். அதற்குப் பிறகுதான் அவர் கல்கத்தாவிலே இருந்து புறப்பட்டு டெல்லிக்கு வந்தார். ஆனால் மறுபடி டெல்லியிலேயும், வடநாட்டுப் பகுதியிலேயும், இந்து முஸ்லிம் கலவரம் ஓயவில்லை என்று தெரிந்ததற்குப் பிறகு, ஜனவரி 18ஆம் தேதி மீண்டும் அவர்

சாகும்வரை உண்ணாவிரதத்தைத் தொடங்குகிறார். அதுதான் அவர் வாழ்நாளில் கடைசியாக மேற்கொண்ட உண்ணாவிரதப் போராட்டம்.

இந்திய விடுதலைக்குப் பிறகும் அவர் சாகும்வரை இரண்டுமுறை உண்ணாவிரதப் போராட்டம் இருந்திருக்கிறார். இரண்டு முறையும் இந்து முஸ்லிம் ஒற்றுமைக்காகவே அவர் அதில் ஈடுபட்டார். கிலாபத் இயக்கம் தொடங்கி நவகாளி யாத்திரை வரையில் காந்தியாரினுடைய அழுத்தமான எண்ணம், இந்துக்களும், இஸ்லாமியர்களும் ஒற்றுமையாக இருக்கவேண்டும் என்பதாகத்தான் இருந்தது. மொழிச்சிக்கலில் கூட, இந்து இஸ்லாம் ஒற்றுமையை மனத்தில் கொண்டே அவர் இந்துஸ்தானி மொழியை முன்மொழிந்தார். இந்தி, உருது ஆகிய இரு மொழிகளின் கலப்பு மொழிதான் இந்துஸ்தானி. இந்தியாவில் பல்வேறு தேசிய இனங்களும், அவர்களின் தாய்மொழிகளும் இருக்கின்றன என்பதைக் கூட மறந்து, மத நல்லிணக்கத்தை மட்டுமே அவர் நெஞ்சில் நிறுத்தியிருந்தார்.

என்னதான் முயன்றாலும் காந்தியாரின் விருப்பம் இன்றுவரை நிறைவேறவில்லை என்பதுதான் உண்மை. 1992 ஆம் ஆண்டு பாபர் மசூதி இடிப்பிற்குப் பிறகு, மத வேற்றுமைகளும், மதக் கலவரங்களும் மிகுந்து கொண்டேதான் போகின்றன.

தாத்தா ரெட்டைமலை சீனிவாசனார்

தான் பிறந்த அந்த தலித் இனத்திற்கு மட்டுமல்ல, தன்னிலும் ஒடுக்கப் பட்டிருக்கிற பழங்குடி மக்களுக்காகவும் அவர் குரல் எழுப்பினார். அவருடைய குரல் நீலகிரியில் இருக்கிற பழங்குடி மக்களுக் கிடையேயும் ஒலித்தது, லண்டனிலே இருக்கிற வட்டமேசை மாநாட்டிலேயும் ஒலித்தது

இந்தியாவில் பிற்படுத்தப்பட்டோர், தாழ்த்தப் பட்டோர், பழங்குடிமக்கள் ஆகியோருடைய வாழ்க்கை வரலாறு, அவர்களுடைய சமூக வரலாறு என்பன ஒரு தீய கனவாகத்தான் இருக்கின்றன என்று குறிப்பிடுவார் எழுத்தாளர் எஸ்.வி.ராஜ துரை. இன்றைக்கும்கூட அந்த மக்களினுடைய வரலாறு என்பது மேன்மைப்படவில்லை. இப்போதும் ஒடுக்கப்பட்ட மக்களாகவே இருக்கிறார்கள். அதிலும் குறிப்பாகத் தாழ்த்தப் பட்ட மக்களினுடைய துயரம் என்பதும், பழங்குடி மக்களினுடைய வாழ்க்கைத் துன்பம் என்பதும் மிகப்பெரிய காயங்களாக நம் வரலாற்றுப் பக்கங்களில் பதிந்து கிடக்கின்றன.

இன்றைக்கு நேற்றைக்கு அல்ல, பல நூறு ஆண்டுகளாக அப்படியே அழுத்தப்பட்டுக் கிடந்த அந்த மக்கள், மெல்ல விழிப்படைந்த காலம் எது? யாரால் அந்த விழிப்புணர்ச்சி வந்தது என்பதை நாம் புரட்டிப் பார்க்கவேண்டும். 1860ஆவது ஆண்டு ஜூலை மாதம் 6ஆம் தேதி பிறந்த ரெட்டைமலை சீனிவாசன் அவர்களினுடைய வாழ்க்கையை மறுபடியும் பார்க்கிறபோது, அவரும், அவருக்கு

முன்னோடியாக இருந்த அயோத்திதாசப் பண்டிதரும், தாழ்த்தப்பட்ட மக்களினுடைய வாழ்க்கையிலே ஒரு விழிப்புணர்ச்சிக்கு வித்திட்டவர்கள் என்பதை நாம் புரிந்து கொள்ள முடிகிறது.

ஏறத்தாழ 1850க்குப் பிறகுதான் மெல்ல மெல்லப் பிற்படுத்தப்பட்ட மக்களிடமும், அவர்களைத் தொடர்ந்து தாழ்த்தப்பட்ட மக்களிடமும் ஒரு எண்ணமும், எழுச்சியும் வந்தன. அப்படி எழுச்சியை உருவாக்கியவர்களில் இவர்கள் இரண்டு பேருக்கும் ஒரு குறிப்பிடத்தக்க ஒரு இடம் உண்டு. ரெட்டைமலையாருடைய மகனாகிய ரெட்டைமலை சீனிவாசன் அவர்கள், ஏறத்தாழ 85 ஆண்டு காலம் இம்மண்ணில் வாழ்ந்தத னாலே தாத்தா ரெட்டைமலை என்று பின்னாலே அழைக்கப்பட்டவர். அவர் முதலில் நீலகிரியில் வேலை பார்த்தபோது, தன்னுடைய வேலை என்ன, தனக்கு அடுத்த பதவி உயர்வு எது, எப்படிப் பணம் திரட்டலாம் என்பதைப் பற்றியெல்லாம் கவலைப்படாமல், அந்த நீலகிரிப் பகுதியிலே இருக்கிற பழங்குடி மக்களினுடைய வாழ்க்கை என்னவாக இருக்கிறது, அவர்கள் எத்தனை துன்பங்களையெல்லாம் அனுபவித்துக் கொண்டிருக்கிறார்கள், அதை எப்படி மேம்படுத்தலாம் என்று எண்ணிப் பார்த்தார்.

உழைக்கும் மக்கள் பலர், ஆன்மீக உலகிலும், அடுத்த பிறவியிலும் நம்பிக்கை கொள்வதை அவர் கண்டார். இந்த உலகத்திலேயே வாழ்க்கை இல்லாதவர்கள், அடுத்த உலகத்தைப் பற்றி ஏன் கவலைப்பட வேண்டும் என்கிற கேள்வி அவருக்குள்ளே எழுந்தது. எனவே இன்றைக்கு இதுபோன்ற அமைப்புகளால் அல்ல, பொதுவாக மக்களை உயர்த்துவதற்கு சங்கங்கள் அழுத்தமாக நிறுவப்பட வேண்டும் என்று அவர் கருதினார். 19ஆம் நூற்றாண்டின் இறுதியில் தாழ்த்தப்பட்ட மக்களை ஒருங்கிணைத்து ஒரு சங்கத்தை உருவாக்குவது என்பது மிகப்பெரிய செய்தி. இன்றைக்கும்கூட ஒடுக்கப்பட்ட மக்கள் ஒன்று சேருவதை எல்லோரும் விரும்புவது இல்லை. இன்றைக்குச் சட்டத்திலே தடைகள் இல்லை. ஆனால் அன்றைக்கு சட்டம், சமூகம் எல்லாம் அந்த மக்களுக்கு எதிராகத்தான் இருந்தன.

அந்தக் கால கட்டத்தில், 1892இல் அயோத்திதாசப் பண்டிதரும், 93இல் ரெட்டைமலை அவர்களும் அந்த மக்களுக் காகச் சங்கங்களை உருவாக்கினார்கள். முதலில் பறையர் மகாஜனசபை என்றுதான் அதற்குப் பெயரிட்டார். பிறகு இரட்டை

மலையார், பறையர் என்பது சரியன்று, ஒடுக்கப்பட்ட மக்கள் அனைவரும் சேர்ந்தே திராவிடர்கள் என்று கருதினார். எனவே ஆதிதிராவிட மகாஜன சபை என்று பெயரை அவர் மாற்றினார்.

திராவிடன் என்கிற சொல்லுக்கும், திராவிட இயக்கத்துக்கும், தமிழக வரலாற்றிலே மிக நீண்ட இடம் இருக்கிறது. அதற்கான தொடக்கம் எங்கே இருக்கிறது என்று பார்த்தால், அண்மைக்கால வரலாற்றிலே அதற்கான தொடக்கம், திராவிடம் என்கிற பெயரிலே ஓர் அமைப்பு, ஒரு சக்தி, ஓர் இயக்கம் உருவானது அயோத்திதாசப் பண்டிதராலும், ரெட்டைமலையாராலும்தான் என்று கூறலாம்.

திராவிடம் என்கிற பெயர்மாற்றத்திற்குப் பிறகு, எந்த அளவுக்கு அங்கீகாரம் கிடைத்தது என்பதை தன்னுடைய ஜீவித சுருக்கம் என்கிற வாழ்க்கை வரலாற்று நூலிலே அவர் எழுதுகிறார். அன்றைக்கு ஆளுநராக இருந்த எல்ஜின் பிரபுவை சந்திக்கப் போனபோது, அவருக்கு ஏற்பட்ட அந்த அனுபவங்களையெல்லாம்

தன்னுடைய நூலிலே குறிப்பிடுகிறார். திராவிட என்னும் பெயர் மாற்றத்திற்குப் பிறகு, ஆளுநர் மாளிகை உட்பட எல்லா இடங்களிலும் எளிதில் வரவேற்பு கிடைக்கிறது. மற்ற சங்கத்தினரைப் போலவே, இவர்களையும் ஆளுநர் கைகுலுக்கி வரவேற்கின்றார். அதனைக் காணப்பொறாதவர்களாக மற்ற சங்கத்தினர் நடந்து கொண்ட போதும், திராவிட மகாஜனசபை தனக்கான இடத்தையும், மதிப்பையும் பெறுகிறது.

அவர் தொடர்ந்து பல முயற்சிகளைச் செய்து, பல்வேறு சங்கங்களை உருவாக்கி, பழங்குடி மக்களுக்காக 1900லே முதன் முதலாக ஒரு மாநாட்டைக் கூட்டுகிறார். பழங்குடி மக்கள் இப்படி ஒன்றுசேர முடியும் என்று கனவில்கூட கருதமுடியாத காலம் அது. பழங்குடி மக்கள் திட்டுத் திட்டாக அங்கங்கே தேங்கிக் கிடந்தார்கள். ஒருவருக்கொருவர் தொடர்பில்லை. இன்றைக்கு இருப்பதைப்போலத் தொடர்பு சாதனங்கள் ஏதும் அன்று இல்லை. நடந்து போய்க்கூட ஒருவரையொருவர் பார்த்துக் கொள்வதற்கான வாய்ப்பு இல்லாத அந்தக் காலத்திலே, பழங்குடி மக்களையெல்லாம் ஒன்று திரட்டி முதன் முதலாக இந்தியாவிலே ஒரு மாநாட்டை நடத்தியவர் ரெட்டைமலை சீனிவாசனார்தான்.

எனவே தான் பிறந்த அந்த தலித் இனத்திற்கு மட்டுமல்ல, தன்னிலும் ஒடுக்கப்பட்டிருக்கிற பழங்குடி மக்களுக்காகவும் அவர் குரல் எழுப்பினார். அவருடைய குரல் நீலகிரியில் இருக்கிற பழங்குடி மக்களுக்கிடையேயும் ஒலித்தது, லண்டனிலே இருக்கிற வட்டமேசை மாநாட்டிலேயும் ஒலித்தது. ஏறத்தாழ 20ஆம் நூற்றாண்டின் தொடக்கத்திலே அவர் இங்கிலாந்திலேதான் இருந்தார். பிறகு 1921இல்தான் அவர் மீண்டும் இந்தியாவுக்கு வந்தார். 22இல் சட்டமன்ற உறுப்பினராகத் தேர்ந்தெடுக்கப் பட்டார். 1931ஆவது ஆண்டு வட்டமேசை மாநாடு இங்கிலாந்திலே நடந்தபோது, அம்பேத்கரோடு அங்கே போய்ப் பழங்குடி மக்களின் சார்பாக நின்றவர் நம்முடைய தாத்தா ரெட்டைமலை அவர்கள்தான்.

1932ஆவது ஆண்டு இரட்டை வாக்குரிமைக் கோரிக்கையை அம்பேத்கர் முன்வைத்த நேரத்தில், எரவாடா சிறையில் அதை எதிர்த்துக் காந்தியார் உண்ணாவிரதம் இருந்தார். அப்போது அம்பேத்கரோடு உடன் நின்றவர் நம்முடைய தாத்தா ரெட்டைமலை அவர்கள்.

நீலகிரி மலைகளிலே தொடங்கி, மிகப்பெரிய நாடான இங்கிலாந்து வரைக்கும், தொடர்ந்து தாழ்த்தப்பட்ட

மக்களுக்காகவும், பழங்குடி மக்களுக்காகவும், தன்னுடைய குரலை உயர்த்தியவர் அவர். அவருடைய வாழ்க்கை 1945 வரையில் நீண்டது. மிக நீண்ட வாழ்க்கை என்பது அதனுடைய நீட்டிப்புக்காக மட்டுமன்று, அவருடைய உழைப்புக்காக, அவருடைய தொண்டுக்காக இன்றைக்கும் கூடக் கருதப்படுகிறது, போற்றப்படுகிறது. பிற சமூகத்தினராலும்கூட அவருடைய தியாகம் மதிக்கப்படுகிறது.

ஒரு போராளியாகச் செயல்படுகிறவர்கள் என்பது ஒரு வகை. அதிலும் தொடர்ந்து செயல்படுகிறவர்கள் என்பது இன்னொரு வகை. மிகப்பலர் வருகிறார்கள். கொஞ்ச நாள் வேலை செய்கிறார்கள், பிறகு காணாமல் போய் விடுகிறார்கள். வேறு சிலர், முதலில் தொடர்பே இல்லாமல் இருந்து, பிறகு பொது வேலைகளுக்கு வந்து, அதன் பிறகு இறுதி வரையிலே இருப்பார்கள். ஆனால் ரெட்டைமலை அவர்களைப் பொறுத்த அளவு, இளம் வயதிலே தொடங்கி தன்னுடைய முதிர்ந்த வயது வரையிலே, சமூகப்பணிகளில் தொடர்ந்து ஈடுபட்டவர். அதுவும் ஒடுக்கப்பட்ட மக்களுக்காகவே போராடியவர். தன்னுடைய வாழ்க்கை முழுவதையும் திராவிட மக்களுக்காக, பார்ப்பனர், பார்ப்பனர் அல்லாதார் என்கிற நிலை ஏற்பட்டு, நீதிக்கட்சி உருவான நேரத்திலே தாழ்த்தப்பட்ட மக்களின் போராளியாக விளங்கியவர்.

தேக்வாண்டோ

இக்கலையில், பறந்து அடித்தல் என்பது ஒரு சிறப்பான கூறு. இயல்பான உடலின் வலிமை, மேலே பறந்து மீண்டும் கீழே வரும்போது இன்னும் கூடுதலாக ஆகின்றது என்பது வெளிப்படையான உண்மை. அந்த நேரத்தில் எதிரி நிலைகுலைந்து போகிறான்.

'**நி**ரந்தர அமைதிக்கு என்ன வழி?' என்று கேட்டபோது, 'எந்த நேரமும் போருக்குத் தயாராக இருப்பதுதான் ஒரே வழி' என்றார் சர்ச்சில். சமாதானத்துக்கு வழி கேட்டால், இவர் சண்டைக்கு வழிசொல்கிறாரே என்று நினைத்தார்கள். எண்ணிப்பார்த்தால், சர்ச்சிலின் விடைக்குள் ஓர் ஆழ்ந்த பொருள் உள்ளது. திருப்பி அடிப்போம் என்று எதிரி நம்பினால்தான், நம்மை அடிப்பதற்கு அவன் முன்வரமாட்டான். பணிந்து போகிறவனையும், குனிந்து கொடுக்கிறவனையும் தொடர்ந்து தாக்குகிற ஒரு சமூகத்தில்தான் நாம் வாழ்ந்து கொண்டிருக்கிறோம்.

அடுத்தவனைத் தாக்குவதற்காக அல்லாமல், தம்மைத் தற்காத்துக்கொள்ளவேனும், சில போர்க் கலைகளை நாம் கற்றுத்தேற வேண்டியிருக்கிறது. அப்படிப்பட்ட கலைகளில் ஒன்றுதான், தேக்வாண்டோ. இதனைக் கொரிய நாட்டுக் கலை என்று கூறுகின்றனர். ஆனால் கொரியாவுக்குச் சென்று, இக்கலையை முற்றிலுமாகக் கற்று, கருப்பு இடைவார் (பிளாக் பெல்ட்) பெற்றுத் திரும்பி யிருக்கிற மாஸ்டர் சேகர், வேறு மாதிரியாகச் சொல்கின்றார். கி.மு.6ஆம் நூற்றாண்டில் இங்கிருந்து

புறப்பட்ட போதிதர்மர் என்பவர் மூலமாகத்தான் இந்தக் கலை, சீனா, ஜப்பான், கொரியா ஆகிய நாடுகளில் பரவியுள்ளது என்பது அவர் கூற்று.

பழங்கலைகளைப் பேணாத நம் போக்கினால், அவற்றுள் பல மங்கி மறைந்து கொண்டிருக்கின்றன. எனவே நம் நாட்டுக் கலையை, நாமே வெளிநாடு போய்க் கற்று வருகிறோம். அப்படித்தான் மாஸ்டர் சேகரும், கொரியா சென்று தேக்வாண் டோவைக் கற்று வந்திருக் கிறார். இந்தக் கலையைக் கண்டு பிடித்தவர் அந்நாட்டைச் சார்ந்த, ஜெனரல் சோய் ஹாங்ஹீ.

கராத்தே போல இதுவும் ஒரு தற்காப்புக் கலை. கராத்தே என்றால், ஒரு கை அல்லது வெறும் கை என்று கூறுகின்றனர். அதாவது ஆயுதங்கள் ஏதுமின்றி. வெறும் கைகளாலேயே

எதிரிகளைத் தாக்கிவிட முடியும் என்பதே இக்கலை நமக்குத் தரும் பயிற்சி. தேக்வாண்டோ என்பது, கைகளோடு கால்களுக்கும் பயிற்சி தருவது. கொரிய மொழியில் தேக் என்றால் கை, வாண் என்றால் கால், டோ என்றால் கலை.

இக்கலை இப்போது உலகில் 150க்கும் கூடுதலான நாடுகளில் நடைமுறையில் உள்ளது என்கிறார் சேகர். இந்தியாவில் மட்டும் ஏறத்தாழ இரண்டு இலட்சம் பேர் இந்தக் கலையைக் கற்று வருகின்றனர். தமிழக அரசு இத்தற்காப்புக் கலையை ஊக்குவித்து வருகின்றது. காஞ்சிபுரம் மாவட்டத்தில் உள்ள மேல்வசலை என்னும் கிராமத்தை அரசு தத்தெடுத்து, தேக்வாண்டோ கலையை ஊக்குவித்து வருகின்றது. ஆண்களை விடப் பெண்களே இக்கலையில் கூடுதலாகப் பயிற்சி பெறுகின்றனர் என்பதும் அவர் தரும் தகவல்.

விலங்குகளின் அசைவுகளைக் கவனித்துக் கவனித்தே, தேக்வாண்டோ கலைகள் உருவாக்கப்பட்டுள்ளன. அதிலும் குறிப்பாக, தேக்வாண்டோவில் அந்த அசைவுகள் மிக இயல்பாகவும், எளிமையாகவும் உள்ளன என்பது குறிப்பிடத்தக்கது. இக்கலையில், பறந்து அடித்தல் என்பது ஒரு சிறப்பான கூறு. இயல்பான உடலின் வலிமை, மேலே பறந்து மீண்டும் கீழே வரும்போது இன்னும் கூடுதலாக ஆகின்றது என்பது வெளிப்படையான உண்மை. அந்த நேரத்தில் எதிரி நிலைகுலைந்து போகிறான்.

பௌத்த பிட்சுகள் பலரும் இப்பயிற்சியைக் கற்றுக் கொள்கின்றனர். அகிம்சையை வலியுறுத்தும் அவர்களுக்கு இத்தகைய கலைகள் எதற்காக? அவர்களிடம் அதற்கு நல்லதொரு விடை இருக்கின்றது. எதிரிகள் நம்மைத் தாக்கி கொலைசெய்து விடுவார்கள் எனில், நாம் அழிவதோடு, அவர்களும் கொலைகாரர்கள் ஆகிவிடுகிறார்கள். அவர்களை அந்தக் கொலைப்பழியில் இருந்து காப்பாற்றுவதற்கும் இந்தத் தற்காப்புக் கலை பயன்படுகிறது. எனவே இதுவும் ஒருவழியில் அகிம்சை நோக்கியதே என்கின்றனர்.

இந்தப் பயிற்சியில் முழுமையாகத் தேறுவதற்கு மூன்று ஆண்டுகள் ஆகும். கருப்பு இடைவாருக்கு முன்னால், மேலும் பல நிலைகள் இருக்கின்றன. வெள்ளை, மஞ்சள், பச்சை, நீலம், சிவப்பு என ஐந்து இடைவார்களைப் பெற்ற பின்பே, கருப்பை நோக்கி முன்னேற முடியும். அவற்றுள்ளும், வெள்ளை 1, வெள்ளை, மஞ்சள் 1, மஞ்சள் என்று பல உட்பிரிவுகளும் இருக்கின்றன. ஒவ்வொரு

இடைவாருக்கும் குறைந்தது மூன்று மாதங்களாவது பயிற்சி பெற வேண்டும். முழுமையாகத் தேர்ச்சி பெற மூன்று ஆண்டுகள் ஆகலாம்.

தற்காப்புக் கலைகளில் பெண்கள் உரிய பயிற்சியினைப் பெற வேண்டும் எனப் புரட்சிக் கவிஞர் பாரதிதாசன் உள்ளிட்டோர் வலியுறுத்தியுள்ளனர். பெண்களை மென்மையானவர்களாக மட்டும் பார்ப்பது பொருந்தாது. அவர்கள் உடல் வலிமையும் உடையவர்கள் என்கிறார் கவிஞர்.

> தனித்து வரும்போது - கெட்ட
> தறுதலை கண் வைத்தால்
> இனிக்க நலம் கூறு - பெண்ணே
> இல்லாவிடில் தாக்கு

என்பது அவருடைய வரி. இன்னொரு இடத்தில்,

> உமியல்ல பெண்ணின் வலக்கை - தீயோர்
> உயிரை இடிக்கும் உலக்கை

என்று அவர் கூறுவது உண்மைதான். இன்றைய வாழ்க்கை முறை, அறிவியலின் மேம்பாட்டுக்கு ஏற்ப மாறியுள்ளது. ஆனால் அன்றோ, அம்மி அரைப்பதும், மாவரைப்பதும், நீர் இறைப்பதும் பெண்களுக்குப் பழக்கமான வேலைகள். அதனால் அவர்களின் கைகள் வலுவேறிய கைகளாகத்தான் இருந்திருக்கும்.

இன்றைய கவிஞர் ஈரோடு தமிழன்பன், தேக்வாண்டோ என்னும் இக்குறிப்பிட்ட கலையைப் பற்றியே வரவேற்றுக் கவிதை எழுதியுள்ளார். இந்தக் கலை கையிலிருந்தால், ஏ.கே.47 இருப்பது போலே என்கிறார் தமிழன்பன். இந்தக் கலை சில மருத்துவக் குணங்களையும் கொண்டுள்ளது என்பது அவர் தரும் தகவல். இருமலைக் குணப்படுத்தும் இயல்பு இக்கலைக்கு உள்ளது என்கிறார் அவர்.

இந்து மதமும், தீண்டாமையும்

சங்கர மடம் வெளியிட்ட அவர்களுடைய மாத இதழான ஆரிய தர்மம் இதழில் ஒரு வேண்டுகோள் வைக்கப்பட்டிருக்கிறது. அதே ஆண்டு சென்னையிலே நடைபெற இருந்த காங்கிரஸ் மாநாட்டை, வர்ணாசிரமப் பாதுகாப்பு மாநாடாக நடத்த வேண்டும் என்கிற வேண்டுகோளைச் சங்கரமடம் வைத்திருந்தது.

சில சந்திப்புகளுக்கு வரலாற்று முக்கியத்துவம் உண்டு. 1927ஆவது ஆண்டு அக்டோபர் மாதம் 15ஆம் தேதி நிகழ்ந்த அந்த சந்திப்பு அத்தகைய முக்கியத்துவம் வாய்ந்த ஒன்று. அன்றைய தினம் பாலக்காட்டுக்கு அருகிலே உள்ள நல்லிச்சேரி பகவதி கோவிலில் அண்ணல் காந்தியடிகளும், சங்கராச்சாரியாரும் சந்தித்துக் கொண்டார்கள்.

சங்கராச்சாரியார், காந்தியாரை வரவழைத்து அந்த சந்திப்பை மேற்கொண்டார். சங்கராச்சாரியார் என்றால் மறைந்துபோன அந்தப் பெரியவர். ஒரு மணி நேரம் 5 நிமிடம் இருவரும் பேசிக்கொண்டிருந்தார்கள். காந்தியாரிடத்திலே, அவர் கடவுள் நம்பிக்கையை பரப்புவதற்காக மேற்கொள்கிற காரியங்களையெல்லாம் சங்கராச்சாரியார் பாராட்டினார். அதற்குப் பிறகு ஒரு வேண்டுகோளை காந்தியிடத்திலே வைத்தார். அதற்காகத் தான் அந்தச் சந்திப்பு நிகழ்ந்திருக்கிறது என்பதை நாம் அறிந்து கொள்ள முடிகிறது.

நீங்கள் செய்வதெல்லாம் சரிதான். ஆனால் இந்த அரிஜன ஆலயப் பிரவேசம் என்பதை மட்டும்

நீங்கள் கைவிட்டு விட வேண்டும் என்பது சங்கராச்சாரியாரின் வேண்டுகோள். கோவிலுக்குள்ளே தாழ்த்தப்பட்ட தலித் மக்களை, தீண்டத்தகாதவர்கள் என்று சொல்லப்படுகிற ஒடுக்கப்பட்ட மக்களை, நீங்கள் அழைத்துக் கொண்டு போவது என்பது, சம்பிரதாயங்களில், சடங்குகளில், சாஸ்திரங்களில் நம்பிக்கை வைத்திருக்கிறவர்களின் மனங்களையெல்லாம் காயப்படுத்துகிறது. எனவே அதை நீங்கள் விட்டுவிட வேண்டும் என்று அவர் கேட்டுக் கொண்டிருக்கிறார். காந்தியார் அதற்கு என்ன விடை சொன்னார் என்று நமக்குத் தெரியவில்லை.

அந்தச் சந்திப்பும், அவர் கேட்டுக் கொண்ட செய்தியும், இரண்டு இடங்களிலும் பதிவாகி இருக்கிறது. காந்தியாரினுடைய வரலாற்றுக் குறிப்புகளிலேயும் இருக்கிறது. சங்கர மடம் வெளியிட்ட அவர்களுடைய மாத இதழான ஆரிய தர்மம் என்பதிலேயும் இருக்கிறது. ஆரிய தர்மம் இதழில் இன்னொரு வேண்டுகோளும் வைக்கப்பட்டிருக்கிறது. அதே ஆண்டு சென்னையிலே நடைபெற இருந்த காங்கிரஸ் மாநாட்டை, வர்ணாசிரமப் பாதுகாப்பு மாநாடாக நடத்த வேண்டும் என்கிற வேண்டுகோளைச் சங்கரமடம் வைத்திருந்தது. வர்ணாசிரமம் என்பது கொஞ்சம் கொஞ்சமாகத் தன்னுடைய நிலையிலே இருந்து சரிந்து கொண்டிருக்கிறது. எனவே அதைக் காப்பாற்ற வேண்டிய கட்டாயம் விடுதலைக்குப் போராடுகிற காங்கிரஸ் கட்சிக்கு இருக்கிறது. இந்தியா விடுதலை பெற்றதற்குப் பிறகும், வர்ணாசிரம தர்மம் காப்பாற்றப்பட வேண்டும்.

எனவே காங்கிரஸ் தன்னுடைய மூன்று நாள் மாநாட்டில், ஒரு நாளை வர்ணாசிரமத்தைக் காப்பாற்றுவதற்காக நடத்த வேண்டும் என்கிற கோரிக்கையும் வைக்கப்பட்டிருந்தது. அந்தக் கோரிக்கையை காந்தியடிகள் ஏற்றுக் கொண்டதாகத் தெரியவில்லை. அதற்குப் பின்னும் பல இடங்களில், தலித் மக்களோடு காந்தியார் ஆலயப் பிரவேசத்தை நடத்தி இருக்கிறார்.

இது இந்து தர்மத்திற்கு எதிரானது என்று சொல்ல முடியாது. நடைமுறையில் இப்படி ஒரு பழக்கம் இருக்கிறதே தவிர, அப்படித் தீண்டப்படாத அந்த மக்களைக் கோயிலுக்குள் அழைத்துக் கொண்டு வரக்கூடாது, அவர்கள் வந்தால் தீட்டுப்பட்டு விடும், என்று இந்து மதத்தினுடைய தர்மசாஸ்திரங்கள் எதுவும் சொன்னதாக நான் அறிந்த வரையில் இல்லை என்று காந்தியார் சொல்கிறார். இல்லவே இல்லை என்று சொல்வதற்கும், நான் அறிந்தவரையில் இல்லை என்று சொல்வதற்கும் சிறு வேறுபாடுகள் இருக்கத்தான் செய்கின்றன.

ஆனாலும் இந்து மதத்தின் மீதும், வருணாசிரமத்தின் மீதும் ஆழ்ந்த நம்பிக்கை கொண்டவர்கள், காந்தியாரின் அந்தக் கருத்தை

மறுக்கின்றனர். 1932ஆவது ஆண்டு, ஆலயப் பிரவேச நிக்ரஹம் என்று ஒரு புத்தகத்தை மா. நீலகண்ட சித்தாந்தி என்கிற ஒருவர் எழுதியிருக்கிறார். ஏறத்தாழ 70 பக்கங்கள் அந்நூலில் உள்ளன. இன்னும் 85 பக்கங்கள் எழுதப்பட வேண்டும் என்கிற குறிப்போடு அந்தப் புத்தகம் முடிகிறது. அடுத்த 85 பக்கங்கள் வந்தனவா என்பது தெரியவில்லை. ஆனால் இந்த 67 பக்கம் இன்றைக்கும் தஞ்சையிலே இருக்கிற சரஸ்வதிமகால் நூலகத்திலே இருக்கிறது. அதை அங்கே இருந்து எடுத்து, பேராசிரியர் அ.மார்க்ஸ், காந்தியும் தமிழ்ச்சனா தனிகளும் என்னும் நூலில் பின்னிணைப்பாகச் சேர்த்திருக்கிறார்.

காந்தியார் இந்து மத சாஸ்திரங்களை முழுமையாகப் படிக்காமல் இந்து மத சாஸ்திரத்திலே தீண்டாமைக்கு இடமில்லை என்று சொல்கிறார் என நீலகண்ட சித்தாந்தி தன் நூலில் குறித்துள்ளார். இந்து மத சாஸ்திரங்களில் எங்கே எல்லாம் தீண்டாமை தெளிவாக வரையறுக்கப்பட்டிருக்கிறது என்பதையும் அவர் எடுத்துக்காட்டுகிறார். எந்தெந்த நூலில், எந்தெந்த இடத்தில், எந்தெந்த சங்கிதையில், தீண்டத்தகாத மக்கள் உள்ளே வரக்கூடாது என்று சொல்லப்பட்டிருக்கிறது என்பதை வரிசைப்படுத்துகிறார்.

குறிப்பாக அவர் இரண்டு நூல்களை எடுத்துக் காட்டுகிறார். ஒன்று சிவாகமம், இன்னொன்று விஸ்ணு பாஞ்சராத்திராகமம். அதாவது சைவர்களுக்கு உரியதும், வைணவர்களுக்கு உரியதுமான சாஸ்திரங்களை அவர் எடுத்துக் கொண்டிருக்கிறார். தொடக்கத் திலேயே அந்த நீலகண்ட சித்தாந்தி சொல்கிறார், சிவாகமம் என்பது சிவன் திருவாய் மலர்ந்து அருளியது என்பதைக் காந்தியார் மறுக்கமாட்டார் என்று நான் நம்புகிறேன் என்கிறார்.

சிவாகமம்தான் சைவர்களுக்கான அடித்தளமான சாஸ்திர நூல் என்று குறிப்பிடுகிறவர், சிவாகமத்தில் மானுடப் பிரவேசம் குறித்து எப்படியெல்லாம் சொல்லப்பட்டிருக்கிறது என்பதை வரிசைப் படுத்துகிறார். அதைப் படிக்கிறபோது நமக்கே சில நேரங்களில் பெரிய அதிர்ச்சியாக இருக்கிறது. அவர் சொல்கிறார், மாத விலக்கான ஒரு பெண் கோவிலுக்குள் அறிந்தோ அறியாமலோ நுழைந்து விட்டால், கோயிலை சம்ரோக்ஷனம் செய்ய வேண்டும். அதாவது அந்தக் கோயிலைச் சுத்தப்படுத்தவேண்டும். குரங்கு, கோழி போன்ற விலங்குகள் நுழைந்து விட்டால் திருமஞ்சனமும், சாந்தி ஹோமமும் செய்ய வேண்டும்.

ஆனால் சண்டாளர்கள், பஞ்சமர்கள், தீண்டத்தகாதவர்கள் உள்ளே நுழைந்து விட்டால் சம்ரோக்ஷனம் செய்ய வேண்டும், திருமஞ்சனம் செய்ய வேண்டும், அதிக அளவில் சாந்தி ஹோமமும் செய்ய வேண்டும். குரங்கு கோழிக்குக்கூட இல்லாத ஒரு கட்டுப்பாடு, மற்றவைகள் எதற்கும் இல்லாதது ஒரு மனிதன் உள்ளே

நுழைந்தால் இவ்வளவும் செய்ய வேண்டும் என்று சிவாகமத்திலே இருக்கிறதாம். எந்த இடத்திலே, எந்த பத்தியிலே இருக்கிறதென்று அந்த வரிகளை சிவாகமத்திலே இருந்து வடமொழி எழுத்துக்களிலும், பிறகு அதைத் தமிழ் எழுத்துக்களிலும் எடுத்துக்காட்டுகிறார். அதற்குக் கீழே அதற்கான பொருளையும் அவர் தந்திருக்கிறார்.

எனவே இது சைவ மதம் சார்ந்தது என்று நாம் சொல்லி விட முடியாது. வைணவ மதத்துக்கும் இதுதான் பொருத்தம் என்று விஸ்ணு பாஞ்சராத்திராகமம் என்கிற அந்த நூலில், ஜெயாக்கிய சங்கிதை என்கிற பகுதியிலே, இதுபற்றி சொல்லப்பட்டிருக்கிறது என்பதை அவர் விரிவாக எடுத்துக்காட்டுகிறார். ஜெயாக்கிய சங்கீதையிலே விரிவாக என்ன சொல்லப்பட்டிருக்கிறது என்றால், தாழ்த்தப்பட்ட வர்கள் கோயிலுக்குள் நுழைந்து விட்டால் அதை எப்படிச் சுத்தி செய்ய வேண்டும் என்று விரித்துச் சொல்லப்பட்டிருக்கிறது. மண் பாண்டங்களையெல்லாம் தூற எறிந்து விட்டு, பிற பாத்திரங்களைச் சுத்தம் செய்து கொள்ளவேண்டும். எவ்வளவு கவனமாக இருந்திருக்கிறார்கள் என்பதையும் நாம் பார்க்கலாம். மண் பாண்டங்களைத் தூக்கியெறிந்ததைப் போல, பிற பாத்திரங்களையும் தூக்கியெறியச் சொல்லவில்லை. அவை விலை கூடுதல் என்பதினாலே தூக்கியெறியாமல் புரோகித்துச் சுத்தம் செய்து விட்டால் போதும் என்கிறார்கள். அதற்குப் பிறகு கோயில் முழுவதையும் சுத்தி செய்து, பிறகு பசும் சாணத்தால் சுத்தம் செய்து, மூன்றாவதாக அக்கினியால் சுத்தம் செய்ய வேண்டும் என்று எழுதப்பட்டிருக்கிறது என்பதைக் காட்டுகிறார். ஆகவே ஒரு மனிதன் உள்ளே நுழைந்தால், அதனால் கோவிலும் கடவுளும் தீட்டுப்பட்டு விடுகிறார்கள் என்று சொல்லி, நீரால், சாணத்தால், நெருப்பால் சுத்தம் செய்து கொள்ள வேண்டும் என்றுதான் வைஸ்ணவ சாஸ்திரத்திலேயும் இருக்கிறது என்று எடுத்துக்காட்டுகிறார்.

ஆலயப் பிரவேசம் சரி, தவறு என்று காந்தியார் வாதிப்பது வேறு. ஆனால் இந்து தர்ம சாஸ்திரத்திலே அதற்கு இடமிருக்கிறது என்று சொல்லக்கூடாது என்கிறார் நீலகண்ட சித்தாந்தி. அவர் சொல்வது சரி என்றுதான், அவர் காட்டும் சான்றுகள் நமக்குக் கூறுகின்றன.

எனவே இந்து மதத்துக்கும் தீண்டாமைக்கும் எந்தத் தொடர்புமில்லை என்று சொல்கிறவர்கள், நீலகண்ட சித்தாந்தியி னுடைய நூலுக்கு என்ன விடை சொல்லப் போகிறார்கள் என்று நமக்குத் தெரியவில்லை.